MAKOSA YA KIHISTORIA KATIKA QURAN

DR. MAXWELL SHIMBA

Kimechapishwa Manhattan, New York na Shimba Publishing, LLC.

Shimba Publishing LLC

(Kampuni ya Uchapishaji)
Manhattan, New York

Maelezo ya Ziada (Kiingilio cha Ushauri wa Kisheria na Kumbukumbu)

1. **Mchapishaji na Mwandishi**
   - Shimba Publishing, LLC inawajibika kwa hakimiliki na ulinzi wa kisheria wa maudhui ya kitabu hiki.
   - Dkt. Maxwell Shimba ndiye mmiliki wa haki miliki, mwenye mamlaka kamili juu ya matumizi ya maandiko haya.
2. **Matumizi ya Kikanisa na Kielimu**

    - Kwa matumizi ndani ya nyumba za ibada, taasisi za kielimu, au vyuo vikuu, tafadhali omba kibali rasmi au ithibati iliyoandikwa.
    - Sehemu fupi za maandiko zinaweza kunukuliwa kwa lengo la kufundishia au kufanya tafiti, mradi chanzo kiheshimiwe na haki miliki kutambuliwa wazi.
3. **Haki Miliki Zilindwazo**
    - Kitabu hiki kinalindwa na sheria za kitaifa na kimataifa za hakimiliki, ikiwa ni pamoja na mikataba ya kimataifa inayotambuliwa na Marekani na mataifa mengine.
    - Uchapishaji, usambazaji, au urejelezaji wa sura nzima au maudhui yote ya kitabu bila kibali ni ukiukwaji wa sheria za hakimiliki.
4. **Ruhusa Maalum**
    - Kwa wale wanaotaka kuchapisha upya sehemu kubwa za kitabu, kuzitumia kibiashara, au kuzihusisha katika kazi nyingine za kibiashara, ni muhimu kuwasiliana na mchapishaji au mwandishi kupata kibali maalum.
    - Hii inajumuisha pia matumizi ya aina yoyote ya data ya kielektroniki, ikiwa ni pamoja na mifumo ya mtandaoni na maktaba za kidijitali.
5. **Matumizi ya Marejeo ya Maandiko Matakatifu**
    - Kwa mujibu wa ibara inayoeleza idhini ya kutumia **New King James Version** na **King James Version**, hakikisha unafuatilia vigezo vya leseni na haki miliki za matoleo hayo ya Biblia.
    - Tunapendekeza mtu yeyote anayetumia maandiko kutoka katika tafsiri hizi atoe maelezo kuhusu chanzo na kumtambua mmiliki wa haki miliki kulingana na kanuni husika.
6. **Onyo la Kisheria**
    - Mchapishaji na mwandishi hawatawajibika kwa madhara au hasara yoyote itakayoweza kutokea kwa msomaji au

mtu mwingine yeyote kutokana na matumizi yasiyoidhinishwa ya sehemu au maandiko yote ya kitabu hiki.
  - Sheria na taratibu za kimahakama za eneo lako zinaweza kutumika katika kulinda haki miliki, na ukiukwaji wowote unaweza kusababisha hatua za kisheria.
7. **Tarehe na Mahali pa Uchapaji**
  - Toleo hili limetayarishwa na kuchapishwa **Manhattan, New York**, kupitia Shimba Publishing LLC, mwaka **2025**.

Ikiwa una maswali yoyote au unahitaji kibali rasmi cha matumizi, tafadhali wasiliana na mchapishaji:

Shimba Publishing LLC

Manhattan, New York

Barua pepe: info@shimbapublishing.com

Simu: +1 (347) 501-6665

Tunakushukuru kwa kuheshimu haki miliki na kufuata taratibu za matumizi sahihi ya kitabu hiki.

Jedwali La Yaliyomo

Utangulizi

Makosa ya Kihistoria katika Quran

Moja ya ukosoaji mkubwa unaotolewa dhidi ya Quran na Hadithi ni kwamba zinathibitisha dhana potofu za kihistoria zilizokuwa zinaaminika na Waarabu wa karne ya 7 wakati wa mwandishi wake. Wataalamu wa kisasa wa Kiislamu wamefanya juhudi kubwa kueleza upya na kupatanisha makosa haya ya kihistoria na imani ya Uislamu kuwa Quran haina makosa yoyote. Hata hivyo, maelezo yao hayajakubalika nje ya jumuiya zao na mara nyingi yanachukuliwa kuwa hayana ushahidi wa kutosha wa kihistoria.

Ni muhimu kuelewa kuwa tatizo hili la makosa ya kihistoria halikuonekana tu na wakosoaji wa nje bali hata na baadhi ya wanazuoni wa Kiislamu wa zamani. Baadhi yao waliona kuwa kuna madai fulani ya kihistoria ndani ya Quran na Hadithi ambayo, yakichukuliwa moja kwa moja kama mafundisho yasiyoweza kupingwa (kama inavyoshikiliwa na itikadi ya Kiislamu), hayawezi kupatana na ukweli wa kihistoria unaokubalika na wanahistoria wa wakati huo na hata wa sasa.

Katika historia ya Uislamu, juhudi nyingi zimefanywa kueleza kwa nini Quran ina maelezo yanayopingana na ukweli wa kihistoria unaojulikana. Baadhi ya wanazuoni wanadai kuwa makosa haya yanatokana na tafsiri potofu ya maandiko, ilhali wengine wanasema kuwa ni matokeo ya mazingira ya kihistoria ya wakati huo. Licha ya maelezo haya, wachambuzi wa historia wanaendelea kuonyesha mifano mingi ya hitilafu za kihistoria ndani ya Quran ambazo haziwezi kupatanishwa na rekodi za kihistoria za kuaminika.

Katika sura hii, tutachunguza baadhi ya mifano ya makosa ya kihistoria yaliyopo ndani ya Quran na Hadithi. Tutalinganisha madai ya Quran na rekodi za kihistoria zinazopatikana kutoka kwa vyanzo huru vya kihistoria kama vile historia ya Kiyahudi, Kikristo, na hata rekodi za Kiarabu za kabla ya Uislamu. Kwa kufanya hivyo, tutaelewa ni kwa kiwango gani madai fulani ya Quran yanalingana au yanapingana na historia inayoaminika kwa ushahidi wa kisayansi na wa kihistoria.

Kwa mfano, tutachunguza hadithi za Quran kuhusu Firauni wa Misri na jinsi zinavyopingana na historia ya Misri ya kale. Vilevile, tutachunguza maelezo ya Quran kuhusu Yesu Kristo na jinsi yanavyotofautiana na maandiko ya Kikristo na rekodi za Kiyahudi. Aidha, tutazingatia hadithi zinazohusu Alexander the Great (Dhul-Qarnayn) na kuona kama zinapatana na ukweli wa kihistoria au ni hadithi zilizoathiriwa na imani za wakati huo.

Mwisho wa sura hii, tunatarajia msomaji aweze kuelewa changamoto za kihistoria zinazopatikana ndani ya Quran, jinsi wanazuoni wa Kiislamu wanavyojaribu kuzitatua, na kwa nini hoja zao mara nyingi hazikubaliki nje ya Uislamu. Pia, tutatathmini athari za makosa haya katika tafsiri ya Quran na imani ya kwamba ni kitabu kisicho na makosa yoyote.

SURA YA 1

Mariamu Kama Sehemu ya Utatu Mtakatifu

Katika mafundisho rasmi ya Ukristo, Mariamu hajawahi kuchukuliwa kuwa sehemu ya Utatu Mtakatifu. Utatu, kama unavyofundishwa katika Ukristo, unahusisha Mungu Baba, Mungu Mwana (Yesu Kristo), na Mungu Roho Mtakatifu. Hata hivyo, Quran inaonekana kupendekeza kwamba Wakristo walimwabudu Mariamu kama sehemu ya Utatu, jambo ambalo limepelekea wachambuzi wengi kuhitimisha kwamba Muhammad hakuelewa kikamilifu mafundisho ya Ukristo.

Katika **Quran 5:116**, Allah anauliza:

"Na kumbuka pale ambapo Allah atasema: 'Ewe Isa mwana wa Mariamu! Je, ulisema kwa watu: Nifanyeni mimi na mama yangu kuwa miungu badala ya Allah?' Yeye atasema: 'Subhanaka! Sijawahi kusema jambo ambalo sina haki ya kulisema. Kama ningelisema hivyo, bila shaka ungalijua. Wewe unajua kilichomo moyoni mwangu, lakini mimi sijui kilichomo moyoni mwako. Hakika Wewe ni Mjuzi wa mambo yote yaliyofichika.'"

Aya hii inaonyesha kuwa Quran inaeleza kwamba Wakristo wanamwabudu Mariamu pamoja na Yesu kama miungu badala ya Allah. Hili ni dai ambalo halina msingi katika Ukristo wa Kawaida, na linazua maswali kuhusu uelewa wa Muhammad juu ya mafundisho halisi ya Wakristo.

Zaidi ya hayo, Quran inaendelea kukosoa dhana ya Utatu katika **Quran 5:72-75**, ambapo inasisitiza kuwa Yesu na Mariamu walikuwa wanadamu wa kawaida waliokula chakula kama binadamu wengine:

_“Hakika wamekufuru wale wanaosema: ‘Mungu ni Masihi mwana wa Mariamu.’ Masihi mwenyewe alisema: ‘Enyi Wana wa Israeli! Mwabuduni Allah, Mola wangu na Mola wenu.’ Hakika yeyote anayemshirikisha Allah, basi Allah amemharamishia Pepo, na makazi yake yatakuwa Motoni. Wenye kudhulumu hawatapata wa kuwanusuru.

Hakika wamekufuru wale wanaosema: ‘Mungu ni wa tatu katika Utatu.’ Hali hakuna Mungu ila mmoja tu. Ikiwa hawataacha kusema hayo, basi adhabu iumizayo itawapata wale wanaokufuru.

Je, hawatubu kwa Allah na kuomba msamaha Wake? Na Allah ni Mwenye kusamehe, Mwenye kurehemu.

Masihi mwana wa Mariamu si chochote isipokuwa ni mjumbe wa Allah, na mitume wengine walitangulia kabla yake. Na mama yake alikuwa mwanamke mwema. Na wote wawili walikula chakula. Angalia jinsi tunavyowabainishia dalili, kisha angalia jinsi wanavyogeuzwa mbali.”_

Katika aya hizi, hoja inayotolewa ni kwamba Yesu na Mariamu hawawezi kuwa miungu kwa sababu walikula chakula kama wanadamu wengine. Kwa mujibu wa Ukristo wa Kawaida, hoja hii haielekei kwa sababu hakuna mahali ambapo mafundisho ya Kikristo yanadai kuwa Mariamu ni sehemu ya Utatu.

Je, Quran Ilimaanisha Wakristo Wote au Kundi Fulani la Wakristo?

Wanazuoni wa Kiislamu wa sasa wamejaribu kueleza aya hizi kwa kudai kwamba zinaweza kurejelea dhehebu dogo la Wakristo wa Kiarabu walioitwa **Collyridians**. Kundi hili linasemekana lilikuwepo katika karne ya 4 BK na lilihusisha wanawake waliomwabudu Mariamu kama mungu kwa kumtolea sadaka za mkate. Hata hivyo, kundi hili lilikuwa dogo sana na halijatajwa sana katika historia, ila katika kitabu kimoja tu kuhusu uzushi wa imani mbalimbali.

Hii inazua swali muhimu: Kwa nini Quran inaonekana kueleza imani za Wakristo kwa njia ambayo si sahihi kwa Ukristo wa Kawaida? Ikiwa Quran ilikuwa inazungumzia Wakristo kwa ujumla, basi ilipaswa kueleza kwa usahihi kwamba Utatu wa Kikristo unamhusisha Roho Mtakatifu badala ya Mariamu.

Hoja nyingine inayotolewa na wanazuoni wa Kihistoria ni kwamba Quran inaweza kuwa iliathiriwa na mabishano ya kiteolojia yaliyokuwepo katika Dola ya Byzantine wakati wa Muhammad. Wakati huo, kulikuwa na mjadala mkali kuhusu nafasi ya Mariamu katika Ukristo, ambapo baadhi ya Wakristo waliipa heshima ya juu sana, ingawa bado hawakumchukulia kama sehemu ya Utatu.

Kwa kuzingatia ushahidi huu wote, ni wazi kwamba Quran inaeleza dhana tofauti ya Utatu ambayo haifanani na Ukristo wa Kawaida. Hili linaonyesha kuwa Muhammad pengine alipata habari juu ya Ukristo kupitia Wakristo wa Kiarabu au vyanzo visivyo rasmi, na hivyo kuleta tafsiri potofu ya mafundisho ya Kikristo.

Katika sura hii, tutaendelea kuchunguza ni kwa kiasi gani Quran inaelewa vibaya Ukristo na ni jinsi gani makosa haya ya kihistoria yalivyoweza kuathiri imani za Kiislamu na mahusiano kati ya Uislamu na Ukristo.

Makosa ya Kihistoria na Kitaaluma Kuhusu Mariamu Kama Sehemu ya Utatu

Ili kuthibitisha kuwa Quran inaelewa vibaya mafundisho ya Kikristo kuhusu Utatu, ni muhimu kuangazia ushahidi wa kihistoria na kitaaluma unaoonyesha kwamba Mariamu hajawahi kuchukuliwa kuwa sehemu ya Utatu katika Ukristo wa Kawaida. Uchunguzi wa kina wa historia ya Ukristo, tafsiri za kiteolojia, na maandiko ya awali unathibitisha kuwa Quran inaonyesha uelewa usio sahihi wa dhana ya Utatu.

---

1. Ushahidi wa Kihistoria: Ukristo wa Mapema na Utatu

Historia ya Ukristo inaonyesha kwamba dhana ya Utatu ilianza kufafanuliwa rasmi na Mababa wa Kanisa tangu karne ya pili na ya tatu. Hatua muhimu katika kuimarisha mafundisho ya Utatu ni pamoja na:

- **Mtaguso wa Nikea (325 BK)** – Huu ulikuwa mkutano wa viongozi wa Kikristo ulioamua kuwa Yesu Kristo ni wa asili moja na Mungu Baba, na kwamba Roho Mtakatifu ni sehemu ya Utatu Mtakatifu. Hii ni kinyume kabisa na Quran ambayo inasema kuwa Wakristo wanamchukulia Mariamu kama sehemu ya Utatu.
- **Mtaguso wa Konstantinopoli (381 BK)** – Mtaguso huu ulisisitiza kwamba Utatu ni Mungu Baba, Mungu Mwana, na Mungu Roho Mtakatifu, bila kutaja Mariamu kama sehemu ya Utatu.
- **Mtaguso wa Efeso (431 BK)** – Huu ndio mkutano uliotangaza rasmi kwamba Mariamu ni *Theotokos* (Mama wa Mungu), lakini hili halikumaanisha kuwa ni sehemu ya Utatu. Badala yake, lilikuwa tamko dhidi ya uzushi wa Nestorian ambao

walipinga kwamba Yesu alikuwa Mungu na mwanadamu kwa wakati mmoja.

Kwa hivyo, mafundisho ya Kikristo kuhusu Utatu yalikuwa yameshaimarishwa karne nyingi kabla ya wakati wa Muhammad, na hayakuwahi kumjumlisha Mariamu. Quran inapotaja Wakristo wakimwabudu Mariamu, inatoa picha isiyo sahihi ya Ukristo wa Kawaida.

---

2. Ushahidi wa Kitaaluma: Wakristo wa Mapema na Dhana ya Mariamu

Uchunguzi wa maandiko ya Wakristo wa mapema unaonyesha kuwa hakuna mahali ambapo Mariamu alitambuliwa kama sehemu ya Utatu. Badala yake, aliheshimiwa kama mama wa Yesu, lakini si kama mungu.

- **Mtakatifu Irenaeus wa Lyon (130-202 BK)** – Aliandika dhidi ya uzushi wa Kignostic lakini hakuwahi kusema kuwa Mariamu ni sehemu ya Utatu.
- **Mtakatifu Athanasius wa Alexandria (296-373 BK)** – Alitetea Utatu Mtakatifu dhidi ya Waaniani (Arians) na hakutaja Mariamu kama sehemu yake.
- **Mtakatifu Augustine wa Hippo (354-430 BK)** – Katika kitabu chake *De Trinitate*, alielezea Utatu kama Baba, Mwana, na Roho Mtakatifu, bila kumjumlisha Mariamu.

Hakuna maandiko ya Kikristo ya mapema yanayounga mkono wazo la kwamba Mariamu alikuwa sehemu ya Utatu, jambo ambalo linaonyesha kuwa Quran iliwasilisha tafsiri potofu ya Ukristo.

---

3. Ushahidi wa Maandiko ya Kikristo

Katika Biblia, mafundisho ya msingi kuhusu Utatu yanaweza kupatikana katika vifungu vifuatavyo:

- **Mathayo 28:19** – Yesu anasema:
- *"Basi, enendeni, mkawafanye mataifa yote kuwa wanafunzi, mkiwabatiza kwa jina la Baba, na la Mwana, na la Roho Mtakatifu."*
    - Hapa, Utatu umeelezwa wazi bila kumtaja Mariamu.
- **2 Wakorintho 13:14** – Paulo anaandika:
- *"Neema ya Bwana Yesu Kristo, na upendo wa Mungu, na ushirika wa Roho Mtakatifu ukae nanyi nyote."*
    - Hii inathibitisha Utatu kama unavyoeleweka katika Ukristo, bila kuhusisha Mariamu.
- **Yohana 1:1-14** – Yesu anatajwa kama Neno la Mungu aliyefanyika mwili, lakini hakuna sehemu yoyote inayosema kuwa Mariamu ni sehemu ya Utatu.

Katika maandiko haya yote, Utatu unahusisha Baba, Mwana, na Roho Mtakatifu bila kumjumlisha Mariamu, jambo linalothibitisha kuwa Quran iliwasilisha tafsiri potofu ya mafundisho ya Kikristo.

---

4. Je, Quran Iliathiriwa na Madhehebu Fulani ya Wakristo wa Kiarabu?

Wanazuoni wa Kiislamu wa sasa mara nyingi wanadai kwamba aya zinazotaja Mariamu kama sehemu ya Utatu zinahusu dhehebu dogo la Wakristo lililojulikana kama **Collyridians**, kundi lililodaiwa kumuabudu Mariamu kama mungu.

Hata hivyo, kuna changamoto kuu mbili kwa hoja hii:

1. **Hakuna Ushahidi wa Kutosha Kuhusu Kundi Hili** – Collyridians wanatajwa tu katika maandishi ya Mtakatifu Epiphanius wa Salamis (circa 375 BK), lakini hakuna ushahidi mwingine unaothibitisha uwepo wao kwa kiwango kikubwa.
2. **Hawakuwakilisha Ukristo wa Kawaida** – Hata kama kundi hili lilikuwapo, lilikuwa dogo na halikuwahi kushikilia nafasi ya kimafundisho ndani ya Ukristo. Quran inapotoa maelezo ya Ukristo, inapaswa kurejelea Ukristo wa Kawaida, si imani za makundi madogo.

Hii inaonyesha kuwa Quran haielezei mafundisho ya Wakristo kwa usahihi, na badala yake inaakisi taarifa zisizo sahihi ambazo Muhammad aliweza kuzisikia kutoka kwa Wakristo wa Kiarabu wa wakati wake.

Kutokana na ushahidi wa kihistoria, kitaaluma, na wa maandiko ya Kikristo, ni wazi kwamba Quran ilieleza vibaya mafundisho ya Kikristo kuhusu Utatu kwa kudai kuwa Mariamu ni sehemu yake. Ushahidi wote wa mapema unaonyesha kwamba Wakristo hawajawahi kumuabudu Mariamu kama sehemu ya Utatu, bali walimpa heshima kama Mama wa Yesu Kristo.

Uwezekano mkubwa ni kwamba Muhammad alipata taarifa zake kutoka kwa Wakristo wa Kiarabu waliokuwa na uelewa usio sahihi wa Ukristo, au alichanganya heshima ya Mariamu na ibada ya Kikristo. Kwa kuwa Quran inachukuliwa kuwa ni Neno la Mungu kwa Waislamu, hitilafu hii inazua changamoto kubwa kwa dai la kutokosea kwa Quran, kwa sababu inatoa tafsiri ya Ukristo ambayo si sahihi kihistoria wala kitaaluma.

Katika sura inayofuata, tutachunguza makosa mengine ya kihistoria ndani ya Quran na athari zake katika mjadala wa kiteolojia kati ya Ukristo na Uislamu.

SURA YA 02

Mariamu Kama Miryamu

Katika Ukristo na Uyahudi, Mariamu (mama wa Yesu) na Miryamu (dada wa Musa na Haruni) ni watu wawili tofauti walioishi katika vipindi tofauti vya historia. Miryamu alikuwa dada wa Musa na Haruni, binti wa Amram (Imran), na aliishi takriban miaka **1500 kabla ya Kristo**. Kwa upande mwingine, Mariamu, mama wa Yesu, alizaliwa katika **karne ya kwanza KK**.

Hata hivyo, Quran inaonekana kuchanganya wahusika hawa wawili kwa kuyarejelea majina yao kwa njia inayovuruga historia. Katika baadhi ya aya, Mariamu (mama wa Yesu) anaitwa **"Dada wa Haruni"**, na mama yake anatajwa kama **"Mke wa Imran"**, ambapo Imran anaonekana kuwa yule yule anayetajwa katika Biblia kama baba wa Miryamu wa Musa.

Ushahidi wa Aya za Quran Zinazochanganya Mariamu na Miryamu

Katika **Quran 19:27-28**, watu wanamwita Mariamu (mama wa Yesu) **"Dada wa Haruni"**:

"Kisha akamleta kwa watu wake, huku amembeba. Wakasema: 'Ewe Mariamu! Hakika umeleta jambo la ajabu! Ewe dada wa Haruni! Baba yako hakuwa mtu mwovu, wala mama yako hakuwa kahaba.'"

Katika **Quran 66:12**, Mariamu anatajwa kama **binti wa Imran**:

"Na Mariamu, binti wa 'Imran, aliyehifadhi ubikira wake, basi tukampulizia ndani yake Roho yetu, naye akayasadiki maneno ya Mola wake na Vitabu vyake, naye alikuwa miongoni mwa wanyenyekevu."

Katika **Quran 3:33-36**, familia ya Imran inatajwa kwa heshima kubwa:

"Hakika Allah alimteua Adam, na Nuhu, na kizazi cha Ibrahim, na kizazi cha 'Imran juu ya viumbe wote. Walikuwa kizazi kilichotokana wao kwa wao. Na Allah ni Mwenye kusikia, Mwenye kujua. Kumbuka pale mke wa 'Imran aliposema: 'Mola wangu! Nimeweka nadhiri kwako kuwa aliye tumboni mwangu ni wa kupewa kwako. Unikubalie, hakika Wewe ni Msikivu, Mjuzi.' Basi alipomzaa, alisema: 'Mola wangu! Nimemzaa wa kike' - na Allah anajua vyema aliyemzaa - 'wala mwanamume si sawa na mwanamke. Nimempa jina Mariamu, na ninamtaka ulinzi wako kwake na kwa kizazi chake dhidi ya Shetani aliyefukuzwa.'"

Katika aya hizi, Quran inaonyesha kuwa Mariamu ni binti wa Imran na dada wa Haruni, jambo linalosababisha mkanganyiko mkubwa wa kihistoria kwa sababu katika Biblia, **Miryamu wa Musa ndiye binti wa Imran na dada wa Haruni**, si Mariamu wa Yesu.

Sababu ya Mkanganyiko Huu Katika Quran

Wataalamu wa kisasa wa masuala ya kidini wanapendekeza maelezo kadhaa yanayoweza kueleza mkanganyiko huu:

1. **Kushabihiana kwa Majina**
   - Katika Kiarabu na Kiebrania, majina "Miryamu" (דָּרוֹם) na "Mariamu" (مريم) yanakaribiana sana katika matamshi. Inawezekana kwamba katika mchakato wa kusimulia hadithi, tofauti hii ya muda mrefu ilipotea na watu wakachanganya majina haya mawili.
2. **Ukosefu wa Utofautishaji Kati ya Wahusika wa Kihistoria**
   - Muhammad, mwandishi wa Quran, huenda alipata habari zake kutoka kwa Wakristo wa Kiarabu na Wayahudi wa wakati wake ambao walikuwa na uelewa usio sahihi wa historia ya Biblia. Hii inaweza kueleza kwa nini Quran inachanganya vizazi viwili tofauti, yaani Miryamu wa Musa (1500 KK) na Mariamu wa Yesu (1 KK).
3. **Uelewa wa Kialegoria au Kifumbo**
   - Wanazuoni wa Kiislamu wa sasa wanajaribu kueleza kuwa "dada wa Haruni" katika Quran si lazima aeleweke kwa maana halisi, bali ni matumizi ya mafumbo yanayomaanisha heshima ya kiroho au uhusiano wa kiimani. Hata hivyo, maelezo haya hayapati msaada kutoka kwa maandiko mengine ya kidini kwa sababu matumizi ya "dada" katika Biblia na maandiko ya Kiyahudi mara nyingi yanahusu uhusiano wa moja kwa moja wa damu.
4. **Jaribio la Kuziba Pengo Kati ya Ukristo na Uyahudi**
   - Quran mara nyingi inajaribu kuunganisha hadithi za Uyahudi na Ukristo kwa namna inayoakisi uelewa wa jamii za Kiarabu za wakati wa Muhammad. Hii inaweza kueleza kwa nini baadhi ya masimulizi yake yanachanganya au kubadilisha baadhi ya ukweli wa

kihistoria ili kutengeneza simulizi lenye mshikamano kwa ajili ya hadhira ya Kiarabu ya wakati huo.

Ushahidi wa Kihistoria na Theolojia

1. Biblia Inathibitisha Toafauti ya Wahusika

Katika Biblia, tunapata uthibitisho wazi kwamba Mariamu na Miryamu walikuwa watu tofauti:

- **Kutoka 15:20** – Miryamu anatajwa kama dada wa Haruni na Musa.
- **Luka 1:27** – Mariamu, mama wa Yesu, anatambuliwa kama mchumba wa Yusufu wa ukoo wa Daudi.
- **Hesabu 26:59** – Miryamu anatajwa kama binti wa Amram (Imran katika Kiarabu).
- **Mathayo 1:16** – Anasema wazi kuwa Mariamu, mama wa Yesu, alikuwa mke wa Yusufu na si binti wa Imran.

2. Ukristo wa Mapema Haukuwahi Kufundisha Mariamu Kama Binti wa Imran

Katika maandishi ya Mababa wa Kanisa, kama vile Mtakatifu Irenaeus na Augustine, hakuna sehemu yoyote inayoonyesha kuwa Mariamu alikuwa na uhusiano wa damu na Musa au Haruni. Uislamu unapotangaza hili, unapingana na rekodi za kihistoria zilizokuwepo muda mrefu kabla ya Quran kuandikwa.

3. Tofauti ya Miaka 1500 ni Kubwa Sana

Ikiwa Mariamu angekuwa dada wa Haruni, basi angekuwa ameishi miaka **takriban 1500** kabla ya Yesu kuzaliwa. Hili ni jambo lisilowezekana kihistoria kwa sababu linaenda kinyume na mpangilio wa vizazi vinavyoelezwa katika maandiko ya Kiyahudi na Kikristo.

Je, Hadith Zinaeleza Makosa Haya?

Katika **Sahih Muslim 25:5326**, mmoja wa watu wa Najran aliuliza kuhusu "dada wa Haruni" na mmoja wa Maswahaba wa Muhammad alijibu kuwa **hili lilikuwa tamko la heshima kwa Mariamu**. Hii inaonyesha kuwa hata Waislamu wa mapema waliona mkanganyiko huu na walilazimika kuja na maelezo yasiyo ya moja kwa moja kujaribu kupatanisha tofauti hiyo.

Kutokana na ushahidi wa kihistoria, kitaaluma, na wa maandiko matakatifu, ni wazi kuwa Quran ilichanganya Mariamu (mama wa Yesu) na Miryamu (dada wa Musa). Hili linaweza kuwa matokeo ya kushabihiana kwa majina, uelewa usio sahihi wa historia, au jaribio la kuunganisha simulizi za Uyahudi na Ukristo kwa mtazamo wa Waarabu wa karne ya 7.

Katika sura inayofuata, tutachunguza makosa mengine ya kihistoria ndani ya Quran na athari zake katika mjadala wa kiteolojia kati ya Ukristo na Uislamu.

Uthibitisho wa Kihistoria na Kitaaluma Kuhusu Makosa ya Quran katika Kumpa Mariamu Uhusiano na Miryamu

Baada ya kueleza mkanganyiko uliopo katika Quran kuhusu Mariamu (mama wa Yesu) na Miryamu (dada wa Musa na Haruni), sasa tunahitaji kuchunguza ushahidi wa kihistoria na kitaaluma unaothibitisha kwamba Quran ilifanya kosa la wazi la kihistoria. Tukizingatia maandiko ya Kiyahudi, Kikristo, na historia ya Kiarabu, tunaweza kuthibitisha kwamba Quran ilichanganya vizazi viwili tofauti vilivyotenganishwa na kipindi cha miaka 1500.

1. Ushahidi wa Kihistoria

A. Tofauti ya Nyakati za Kihistoria kati ya Mariamu na Miryamu

Katika historia ya Uyahudi na Ukristo, kuna mtiririko wa matukio unaoonyesha kuwa Miryamu na Mariamu walikuwa watu wawili tofauti waliokuwepo katika vipindi tofauti vya historia.

- **Miryamu** (Dada wa Musa na Haruni)
    - Alizaliwa Misri wakati wa utumwa wa Wanaisraeli (karibu **miaka 1500 KK**).
    - Baba yake alikuwa **Amram (Imran katika Kiarabu)** na mama yake aliitwa **Yokebedi** (Kutoka 6:20).
    - Alihusika katika kuokoa Musa kutoka kwa amri ya Farao ya kuwaua watoto wa Kiume wa Kiebrania (Kutoka 2:1-10).
    - Alikuwa nabii wa Kike wa Waisraeli na aliongoza Wanaisraeli katika nyimbo za sifa baada ya kuvuka Bahari ya Shamu (Kutoka 15:20-21).
- **Mariamu** (Mama wa Yesu)
    - Alizaliwa **karne ya kwanza KK**, takriban miaka **1500 baada ya Miryamu**.
    - Hakuwa binti wa Imran wala dada wa Haruni, bali alikuwa wa ukoo wa Daudi kupitia Yusufu (Mathayo 1:16; Luka 3:23-38).
    - Alikuwa mama wa Yesu Kristo, ambaye alizaliwa Bethlehemu ya Uyahudi.

Kwa hivyo, kimantiki na kihistoria, ni vigumu kuona namna ambavyo Mariamu angeweza kuwa "dada wa Haruni" au "binti wa Imran," kama inavyodai Quran.

B. Ushahidi Kutoka Maandiko ya Kiyahudi na Kikristo

Katika Biblia, majina "Miryamu" na "Mariamu" yametumika kwa watu wawili tofauti:

1. **Kutoka 15:20** – *"Kisha Miryamu, nabii mwanamke, dada yake Haruni, akachukua tari mkononi mwake, nao wanawake wote wakatoka wakimfuata kwa matari na kucheza."*
    - Hapa, Miryamu anatajwa wazi kuwa dada wa Haruni na Musa.
2. **Hesabu 26:59** – *"Na jina la mke wa Amram alikuwa Yokebedi, binti wa Lawi, aliyezaliwa kwa Lawi huko Misri; akamzalia Amram Haruni, na Musa, na Miryamu, umbu lao."*
    - Inathibitisha kuwa Miryamu alikuwa binti wa Amram na si Mariamu wa Yesu.
3. **Luka 1:26-27** – *"Malaika Gabrieli alitumwa na Mungu kwenda mjini Nazareti katika Galilaya, kwa mwanamwali bikira, aliyekuwa ameposwa na mtu mmoja jina lake Yusufu, wa nyumba ya Daudi; na jina lake bikira huyo ni Mariamu."*
    - Inathibitisha kuwa Mariamu wa Yesu alikuwa wa kizazi cha Daudi, si wa uzao wa Imran.

Ushahidi huu wa Biblia unapingana moja kwa moja na madai ya Quran kwamba Mariamu alikuwa dada wa Haruni au binti wa Imran.

---

2. Ushahidi wa Kitaaluma na Theolojia

A. Je, Ni Lazima "Dada wa Haruni" Ichukuliwe Kawaida Kama Uhusiano wa Kifamilia?

Baadhi ya wanazuoni wa Kiislamu wanadai kwamba matumizi ya "dada wa Haruni" katika Quran hayana maana ya uhusiano wa moja kwa moja wa damu bali ni **tashbihi (allegory)** au **mfano wa heshima**. Wanatoa hoja kuwa Waisraeli mara nyingi walitumia majina ya mababu zao kuwatambulisha watu wa baadaye.

Hata hivyo, kuna changamoto kadhaa kwa hoja hii:

1. **Hakuna ushahidi wa Kihistoria** – Katika historia ya Kiyahudi, hakuna matumizi ya "dada wa Haruni" kama heshima au alama ya kiroho. Waisraeli walikuwa na utaratibu wa kutaja ukoo kwa kutaja baba wa mtu (mfano: "Yesu mwana wa Yusufu").
2. **Quran yenyewe inahusisha wazi Mariamu na Familia ya Musa** – Katika Quran 3:33-36, Allah anasema familia ya Imran ni familia iliyoteuliwa, kisha Mariamu anatajwa moja kwa moja kama binti wa Imran. Hii inaonyesha kuwa si tu kwamba Mariamu anaitwa "dada wa Haruni" kama njia ya heshima, bali pia anahusishwa moja kwa moja na ukoo wa Musa, jambo ambalo si sahihi kihistoria.

B. Hadith Zinazojaribu Kueleza Tatizo Hili

Katika **Sahih Muslim 25:5326**, kuna hadithi inayotaja kuwa Mtume Muhammad alipoulizwa kuhusu matumizi ya "dada wa Haruni" kwa Mariamu, mmoja wa Maswahaba wake alijibu kwamba ilikuwa kawaida kwa watu wa Kiyahudi kutumia majina ya watangulizi wao.

Lakini hii haielezi kwa nini Quran inasema kuwa **Mariamu ni binti wa Imran**. Ikiwa lilikuwa jambo la kawaida kutumia majina ya kihistoria kwa heshima, basi kwa nini Quran inataja wazi kuwa mama yake Mariamu alikuwa **mke wa Imran**, ambaye ni baba wa Miryamu wa Musa?

Kwa hivyo, Hadith hazitatui mkanganyiko huu, bali zinathibitisha kuwa hata Waislamu wa mwanzo waligundua tatizo hili na walihitaji maelezo mbadala.

3. Je, Quran Iliathiriwa na Vyanzo Visivyo Sahihi?

Baadhi ya wataalamu wa historia ya Uislamu wanapendekeza kwamba Quran huenda ilichanganya simulizi za Kikristo na Kiyahudi kutokana na vyanzo vya mdomo ambavyo Muhammad alivisikia kutoka kwa Wakristo wa Kiarabu.

Katika karne ya 7, kulikuwa na Wakristo wa Nestoriani na Wamonofisiti waliokuwa na tafsiri zao za hadithi za Biblia. Inawezekana kwamba Muhammad alipata habari zake kutoka kwao na, bila maandiko sahihi ya kurejelea, alichanganya hadithi mbili tofauti na kuziunganisha kuwa moja.

Hii inaelezea kwa nini Quran ina maelezo yanayopishana na historia halisi ya Biblia na Uyahudi.

Kutokana na ushahidi wa kihistoria, kitaaluma, na wa maandiko matakatifu, ni wazi kuwa Quran imefanya kosa kubwa kwa kumchanganya Mariamu wa Yesu na Miryamu wa Musa.

- **Biblia inathibitisha kuwa Mariamu wa Yesu na Miryamu wa Musa ni watu wawili tofauti walioishi katika nyakati tofauti.**
- **Historia inaonyesha kuwa Imran alikuwa baba wa Miryamu wa Musa, si Mariamu wa Yesu.**
- **Hadith za Kiislamu zinajaribu kueleza tatizo hili, lakini haziwezi kuondoa mkanganyiko wa moja kwa moja.**
- **Inawezekana kwamba Muhammad alichanganya hadithi mbili tofauti kutoka kwa vyanzo vya Kiyahudi na Kikristo vya wakati wake.**

Katika sura inayofuata, tutachunguza makosa mengine ya kihistoria ndani ya Quran na athari zake katika imani ya kutokosea kwa Quran.

SURA YA 03

Ezra Kama Mwana wa Mungu Katika Mafundisho ya Kiyahudi?

Katika historia ya Uyahudi, imani ya **monotheism** (kumwamini Mungu mmoja) imekuwa msingi wa mafundisho yao tangu enzi za Musa. Wayahudi wamekuwa wakishikilia dhana kwamba Mungu ni Mmoja na hana mshirika wala mwana wa kiungu. Hata hivyo, Quran inatoa madai kwamba Wayahudi walimchukulia Uzair (Ezra) kama "Mwana wa Mungu," jambo ambalo linapingwa na historia na maandiko ya Kiyahudi.

Katika **Quran 9:30**, inasemekana:

"Wayahudi wanasema: 'Uzair ni mwana wa Allah,' na Wakristo wanasema: 'Masihi ni mwana wa Allah.' Haya ni maneno yanayotoka vinywani mwao. Wanayaiga maneno ya wale waliokufuru kabla yao. Laana ya Allah iwe juu yao! Jinsi wanavyogeuzwa mbali na ukweli!"

Aya hii inaweka madai ya Wayahudi kuhusu Ezra sambamba na imani ya Kikristo juu ya Yesu Kristo kuwa Mwana wa Mungu. Lakini, je, kweli Wayahudi walimchukulia Ezra kuwa Mwana wa Mungu?

---

1. Ushahidi wa Kihistoria: Je, Wayahudi Waliwahi Kumpa Ezra Hadhi ya Kiungu?

Katika historia ya Uyahudi, Ezra (Uzair) anajulikana kama **mwandishi wa sheria** na **kiongozi wa kidini**, lakini hakuna rekodi yoyote ya Kiyahudi inayompa hadhi ya kiungu au kumuita "Mwana wa Mungu."

- **Ezra katika Biblia ya Kiyahudi**
- Katika **Ezra 7:10**, inasemekana:

  "Kwa maana Ezra alikuwa ameuelekeza moyo wake katika kuitafuta sheria ya Bwana, na kuifanya, na kufundisha maagizo na hukumu katika Israeli."

    - Hii inaonyesha kwamba Ezra alikuwa mwalimu wa sheria, si kiumbe wa kiungu.
- **Katika Talmud ya Kiyahudi**
    - Wayahudi wanamheshimu Ezra kwa sababu alisaidia kurejesha sheria ya Musa baada ya uhamisho wa Babeli.
    - Hata hivyo, hakuna maandiko yoyote ya Kiyahudi yanayosema kwamba Ezra alikuwa "Mwana wa Mungu."

Kwa hivyo, hakuna ushahidi wa kihistoria au wa maandiko unaoonyesha kuwa Wayahudi walikuwa na imani kama hiyo.

---

2. Uthibitisho wa Kitaaluma na Theolojia

Wanazuoni wa Kiyahudi na Wakristo wa kitaaluma wamejadili tafsiri ya Quran kuhusu Ezra kwa miaka mingi. Baadhi yao wanapendekeza maelezo yafuatayo:

A. Uwezekano wa Kuchanganya Maana ya Neno "Mwana wa Mungu"

Katika Uyahudi, maneno kama "mwana wa Mungu" mara nyingi yalikuwa **ya kifumbo (symbolic)** na si ya kiuhalisia. Katika Biblia ya Kiebrania:

- **Mfalme wa Kiyahudi aliweza kuitwa "Mwana wa Mungu"** (Zaburi 2:7).
- **Waisraeli wote walihesabiwa kama "watoto wa Mungu"** (Kumbukumbu la Torati 14:1).

Hii ina maana kwamba hata kama kuna kundi fulani la Wayahudi wa kale waliomuita Ezra "mwana wa Mungu," pengine walimaanisha kwa maana ya heshima, si kwamba alikuwa na asili ya kiungu kama Wakristo wanavyoamini kuhusu Yesu.

B. Uwezekano wa Quran Kuchanganya Mapokeo ya Kiyahudi na Dini za Kiarabu

Kuna uwezekano kwamba Muhammad alisikia habari kutoka kwa jamii ndogo za Wayahudi wa Kiarabu ambazo zilikuwa na imani zisizo za kawaida kuhusu Ezra.

- Katika baadhi ya jamii za **Wayahudi wa Arabia**, Ezra aliheshimiwa sana kwa sababu alirudisha Torati baada ya kupotea wakati wa uhamisho wa Babeli.
- Inawezekana kwamba hadithi zilienea miongoni mwa Waarabu wa Kiyahudi zikionyesha heshima ya Ezra kwa njia iliyofasiriwa

vibaya na Muhammad na kuingizwa kwenye Quran kama imani ya jumla ya Wayahudi.

Lakini, hakuna jamii yoyote kubwa ya Kiyahudi iliyowahi kushikilia fundisho la Ezra kuwa "Mwana wa Mungu."

---

3. Je, Kuna Ushahidi wa Kiyahudi Unaounga Mkono Dai la Quran?

Katika historia ya Kiyahudi, kuna masimulizi machache yanayompa Ezra heshima kubwa, lakini hakuna hata moja linalomuita "Mwana wa Mungu":

- **Katika 2 Esdras (Apocrypha),** Ezra anatajwa kuwa nabii wa maono, lakini si Mungu.
- **Talmud inasema Ezra angeweza kuwa kama Musa,** lakini hakufikia hadhi hiyo kwa sababu hakuleta sheria mpya (Sanhedrin 21b).

Hakuna sehemu yoyote katika maandiko haya inayompa Ezra nafasi sawa na Yesu katika Ukristo.

---

4. Ulinganisho na Ukristo: Tofauti Kati ya Ezra na Yesu

Ikiwa Quran inalinganisha Ezra na Yesu, kuna tofauti kubwa kati ya jinsi wanavyotazamwa katika dini zao:

Sifa	Yesu katika Ukristo	Ezra katika Uyahudi
Mwana wa Mungu?	Ndio, Wakristo wanaamini Yesu ni Mwana wa Mungu kwa maana halisi ya kiungu.	Hapana, Wayahudi hawamchukulii Ezra kuwa Mwana wa Mungu.
Mungu katika Mwili?	Ndio, Wakristo wanaamini Yesu ni Mungu aliyefanyika mwili.	Hapana, Ezra alikuwa binadamu tu.
Sehemu ya Utatu?	Ndio, Yesu ni Mwana wa Utatu Mtakatifu.	Hapana, Ezra hana uhusiano wowote na Utatu

Hii inaonyesha kuwa dai la Quran ni kosa la kihistoria kwa sababu hakuna uhusiano wa kweli kati ya Ezra na dhana ya **Mwana wa Mungu** katika Uyahudi.

---

5. Quran Ilikosea Kuhusu Ezra?

Kwa kuzingatia ushahidi wa kihistoria, maandiko ya Kiyahudi, na theolojia ya Uyahudi, ni wazi kwamba Quran ilifanya kosa kwa kusema kuwa Wayahudi wanamchukulia Ezra kama Mwana wa Mungu.

- **Hakuna maandiko yoyote ya Kiyahudi ya zamani yanayosema Ezra alikuwa Mwana wa Mungu.**
- **Wayahudi wamekuwa na imani thabiti ya Mungu mmoja, na kuhusisha mwana wa Mungu ni kinyume na Ukabbala wao.**
- **Inawezekana kuwa Quran ilichanganya hadithi za Kiyahudi wa Kiarabu waliomheshimu Ezra kwa njia isiyo ya kiungu.**
- **Kulinganisha Ezra na Yesu ni kosa kwa sababu imani ya Kikristo kuhusu Yesu ni tofauti kabisa na jinsi Wayahudi wanavyomtazama Ezra.**

Kwa hivyo, dai la Quran kuhusu Wayahudi na Ezra linaonekana kuwa **hitilafu ya kihistoria na theolojia**. Katika sura inayofuata, tutachunguza makosa mengine ya kihistoria katika Quran na jinsi yanavyothibitisha changamoto za kitaaluma zinazohusu uasili wa Quran.

Ezra Kama Mwana wa Mungu? Uthibitisho wa Kihistoria na Kitaaluma kwa Kutumia Maelezo ya Biblia na Strong's Concordance

Quran inadai kuwa Wayahudi walimchukulia **Uzair (Ezra) kama mwana wa Mungu**, jambo ambalo halina msingi wa kihistoria wala kitaaluma katika Uyahudi wa kale au wa sasa. Ili kuchunguza kosa hili kwa kina, tutaangalia ushahidi wa kihistoria, maandiko ya Kiyahudi, tafsiri za waelezaji wa Biblia (Biblical Expositors), na utafiti wa kina wa Biblia kwa kutumia **Strong's Concordance**.

---

1. Utafiti wa Kina wa Biblia Kuhusu Ezra kwa Kutumia Strong's Concordance

Ili kuthibitisha iwapo Ezra aliwahi kuchukuliwa kuwa Mwana wa Mungu, tunapaswa kuchunguza kila mahali jina lake linatajwa katika Biblia na kulinganisha matumizi ya maneno husika.

A. Ezra Katika Agano la Kale

Katika Biblia ya Kiebrania, Ezra anatajwa katika vitabu vifuatavyo:

- **Ezra 7:6** – *"Ezra huyu alikuja kutoka Babeli. Alikuwa mwandishi hodari katika sheria ya Musa, aliyokuwa ameitoa Bwana, Mungu wa Israeli..."*

- **Neno muhimu:** *mwandishi (Strong's H5608 - סָפַר sapar)* lina maana ya mtu anayerekodi au kufundisha sheria, si mtu wa kiungu.

- **Nehemia 8:1-2** – *"Watu wote wakakusanyika kama mtu mmoja katika kiwanja mbele ya mlango wa maji; wakamwambia Ezra, mwandishi, alete kitabu cha torati ya Musa..."*
  - **Neno muhimu:** *Torati (Strong's H8451 - תּוֹרָה torah)* linamaanisha sheria ya Mungu, ambayo Ezra aliihifadhi na kufundisha, lakini hakuwahi kuitwa **Mwana wa Mungu**.

B. Je, Ezra Alitajwa Kama "Mwana wa Mungu" Katika Biblia?

Katika **Strong's Concordance**, neno "Mwana wa Mungu" limetumika kwa njia tofauti katika Biblia:

1. **Kawaida linahusiana na Yesu Kristo**:
   - **Mathayo 16:16** – *"Simoni Petro akajibu akasema, Wewe ndiwe Kristo, Mwana wa Mungu aliye hai."*
   - **Strong's G5207 - υἱὸς (huios) theos** - maana yake ni **Mwana wa Mungu kwa asili ya kiungu**.
2. **Lilitumika kwa malaika au watu wa kipekee**:
   - **Ayubu 1:6** – *"Ikawa siku moja hao wana wa Mungu walipokwenda kujihudhurisha mbele za Bwana..."*
   - **Strong's H1121 - בֵּן (ben) elohim** - maana yake ni **viumbe wa kiroho** (si wanadamu wa kawaida).

Kwa hivyo, hakuna mahali popote katika Biblia ambapo Ezra anaitwa "Mwana wa Mungu" kwa maana yoyote, iwe ni ya kiroho au ya kiungu.

---

2. Ushahidi wa Kihistoria: Je, Kuna Rekodi Zozote za Kiyahudi Zinazompa Ezra Hadhi ya Kiungu?

A. Talmud na Maandishi ya Kiyahudi

Katika maandiko ya Kiyahudi, Ezra anatajwa kama kiongozi wa kiroho na mwandishi wa sheria lakini hajawahi kuitwa "Mwana wa Mungu."

- **Talmud (Sanhedrin 21b)** inasema: *"Musa alileta Torati kwa Waisraeli, na Ezra aliirejesha kwao baada ya Babeli."*
    - Hii inaonyesha kuwa Ezra alikuwa mtoaji wa sheria kama Musa, lakini hakuwahi kuchukuliwa kama kiungu.
- **Midrash Rabbah (Devarim 9:9)** inasema: *"Kama Musa asingekuja, Ezra angeweza kuwa kama Musa."*
    - Hii ni heshima kubwa kwa Ezra, lakini haitoi dalili yoyote kuwa alichukuliwa kuwa **Mwana wa Mungu**.

Hakuna sehemu yoyote katika maandiko ya Kiyahudi inayoonyesha kuwa Ezra aliabudiwa au kupewa hadhi sawa na Yesu Kristo katika Ukristo.

---

3. Tafsiri za Waelezaji wa Biblia (Biblical Expositors) Kuhusu Ezra

Wachambuzi wa Biblia wanathibitisha kuwa Ezra alikuwa mtu wa kawaida na si wa asili ya kiungu.

A. Matthew Henry Commentary

Matthew Henry anaeleza kuwa Ezra alikuwa **mwalimu wa sheria wa Kiyahudi** lakini hana uhusiano wowote wa kiungu:

"Ezra aliheshimiwa sana kwa kurejesha sheria ya Musa, lakini hakuna andiko lolote linalompa hadhi ya kiungu. Kazi yake ilikuwa ni kuimarisha imani ya Kiyahudi, si kuanzisha imani mpya."

B. John Gill's Exposition of the Bible

John Gill anaeleza kuwa madai ya Quran kuhusu Ezra ni ya kushangaza kwa sababu hayana msingi wowote wa kihistoria:

"Wayahudi hawajawahi kumpa Ezra nafasi ya kiungu, hata kama alikuwa mhifadhi wa Torati. Hakuna sehemu yoyote ya maandiko ya Kiyahudi yanayosema kuwa Ezra alikuwa Mwana wa Mungu."

C. Adam Clarke's Commentary

Adam Clarke anasema kwamba huenda Muhammad alipata habari kutoka kwa Wakristo wa Kiarabu waliokuwa na uelewa mbaya wa historia ya Kiyahudi.

"Madai kwamba Wayahudi walimchukulia Ezra kama Mwana wa Mungu yanaweza kuwa yalitokana na hadithi potofu zilizotungwa na Wakristo wa Kiarabu wa wakati huo."

Kwa hivyo, hakuna mfafanuzi yeyote wa Biblia anayekubaliana na madai ya Quran kwamba Ezra alichukuliwa kuwa Mwana wa Mungu.

---

4. Je, Quran Ilichanganya Hadithi za Kiyahudi?

Baadhi ya wataalamu wa historia na theolojia wanapendekeza kuwa Muhammad alipata habari hizi kutoka kwa makundi madogo ya Kiyahudi wa Kiarabu waliokuwa na imani zisizo za kawaida.

- **Kuna uwezekano kuwa baadhi ya Wayahudi wa Kiarabu walimpa Ezra heshima kubwa kwa sababu aliandika tena Torati baada ya uhamisho wa Babeli.**
- **Hata hivyo, hakuna ushahidi wowote wa maandishi unaounga mkono wazo kwamba walimchukulia Ezra kuwa Mwana wa Mungu.**
- **Inawezekana kwamba Muhammad alichanganya hadithi hizi na imani za Kikristo kuhusu Yesu.**

5. Quran Ilikosea Kuhusu Ezra?

Baada ya kuchunguza ushahidi wa kihistoria, wa Biblia, wa waelezaji wa maandiko matakatifu, na kwa kutumia **Strong's Concordance**, ni dhahiri kuwa madai ya Quran kuhusu Ezra ni kosa la kihistoria na kitaaluma.

- **Hakuna ushahidi wowote katika Biblia au maandiko ya Kiyahudi yanayosema kwamba Ezra alikuwa "Mwana wa Mungu."**
- **Waelezaji wa Biblia wa Kiyahudi na Wakristo wanakubaliana kuwa Ezra alikuwa kiongozi wa kidini, lakini si wa asili ya kiungu.**
- **Hakuna tafsiri ya Strong's Concordance inayoonyesha kuwa jina la Ezra linahusishwa na neno "Mwana wa Mungu."**
- **Quran huenda ilichanganya heshima ya Wayahudi kwa Ezra na dhana ya Kikristo ya Yesu kuwa Mwana wa Mungu.**

Kwa hivyo, **madai ya Quran kuhusu Ezra yanaonekana kuwa ni kosa la kihistoria na kiteolojia**. Katika sura inayofuata, tutachunguza makosa mengine ya kihistoria katika Quran na jinsi yanavyothibitisha changamoto zinazohusiana na usahihi wa Quran katika kueleza historia ya dini za Kiyahudi na Kikristo.

SURA YA 04

Maisha Baada ya Kifo Katika Taurati: Ulinganisho na Quran

Katika Quran, inadaiwa kuwa maonyo ya moto wa jehanamu yalikuwepo katika maandiko ya kale, ikiwemo ya Musa (ambayo sehemu nyingine inatajwa kama Taurati, mfano Quran 5:44) na ya nabii Ibrahim. Aya ya **Quran 87:9-19** inasema:

"Basi mkumbushe, ikiwa kukumbusha kutafaa! Atakumbuka yule anayeogopa (Mungu), lakini mwenye kudharau atakataa. Atakayeingia motoni kubwa atachomwa humo. Humo hata kufa wala hataishi. Amefanikiwa aliyekitakasa nafsi yake na akamtaja Mola wake na kusali. Lakini nyinyi mnapendelea maisha ya dunia, hali maisha ya Akhera ni bora na ya milele. Haya yapo katika maandiko ya kale, maandiko ya Ibrahim na Musa."

Hata hivyo, licha ya Quran kudai kuwa mafundisho ya adhabu ya moto wa jehanamu yalikuwepo katika Taurati, maandiko ya Kiyahudi hayana rejea yoyote kuhusu jehanamu au hata pepo. Badala yake, yanaeleza kuhusu maisha baada ya kifo kwa njia isiyoeleweka vizuri, yakitaja mahali panapoitwa **Sheol**, ambapo wote—Wayahudi na wasio Wayahudi—wanaenda baada ya kifo.

Hii ni tofauti kabisa na mafundisho ya Uislamu, ambayo yanaeleza kwa kina kuhusu malipo kwa wema na adhabu kwa waovu katika maisha baada ya kifo. Kwa hivyo, madai ya Quran yanazua maswali makubwa kuhusu iwapo Taurati iliwahi kufundisha kuhusu jehanamu au ni tafsiri potofu ya historia ya imani ya Kiyahudi.

---

1. Ushahidi wa Kihistoria: Maisha Baada ya Kifo Katika Taurati

Katika Biblia ya Kiebrania (ambayo inajumuisha Taurati), hakuna dhana ya jehanamu au pepo kama inavyofundishwa katika Uislamu na Ukristo wa baadaye.

A. Sheol: Maono ya Wayahudi wa Kale Kuhusu Maisha Baada ya Kifo

Katika Taurati, neno linalotumika kuelezea maisha baada ya kifo ni **Sheol** (שְׁאוֹל), ambalo limetafsiriwa kwa maana ya "mahali pa wafu" au "shimo la wafu."

- **Hesabu 16:30-33** – *"Lakini Bwana akifanya kitu kipya, na nchi ikifungua kinywa chake na kuwameza, pamoja na yote yaliyo yao, nao wakatelemkia shimoni (Sheol) wakiwa hai; ndipo mtajua ya kuwa watu hawa wamemchukiza Bwana."*
- **Zaburi 6:5** – *"Kwa maana katika mauti hakuna kumbukumbu lako; katika Sheol ni nani atakayekushukuru?"*

- **Mhubiri 9:10** – *"Lolote mkono wako utakalopata kulifanya, lifanye kwa nguvu zako zote; kwa maana hakuna kazi, wala shauri, wala maarifa, wala hekima katika Sheol uendako."*

Katika mistari hii, **Sheol si mahali pa adhabu ya milele au starehe, bali ni mahali pa wafu wote bila kujali matendo yao duniani**. Hakuna tofauti kati ya waovu na wema, kinyume na Quran inayosema kuwa Taurati ilikuwa na mafundisho ya jehanamu.

---

2. Ushahidi wa Kitaaluma: Wataalamu wa Biblia Kuhusu Maisha Baada ya Kifo Katika Taurati

A. Bart Ehrman: Maisha Baada ya Kifo Katika Uyahudi wa Kale

Bart Ehrman, mtaalamu mashuhuri wa Agano Jipya na historia ya Ukristo wa mapema, anaeleza kuwa **Waisraeli wa kale hawakuamini katika maisha baada ya kifo kama thawabu au adhabu, bali tu kuwa kifo ni mwisho wa yote**. Katika makala yake kwa **Time Magazine (2020)**, anasema:

"Kwa hivyo, Waisraeli wa kale hawakuamini maisha baada ya kifo, bali kifo baada ya kifo. Hiyo ndiyo ilifanya kifo kuwa jambo la huzuni sana: hakuna maisha yoyote baada ya kifo, hakuna familia, hakuna marafiki, hakuna mazungumzo, hakuna chakula wala kinywaji—hakuna hata ibada kwa Mungu. Mungu alikuwa anamwacha mtu na mtu hakuwa na uwezekano wa kumwabudu Mungu tena."

Kwa mujibu wa Ehrman, imani ya malipo na adhabu ya baadaye ilianza kuibuka **karne mbili kabla ya Yesu**, hususan kutokana na athari za Wagiriki wa Hellenistic na shida za Wayahudi waliokuwa wakikandamizwa bila kuona haki.

Hii inathibitisha kuwa **mafundisho ya jehanamu hayakuwepo katika Taurati**, bali yalikuja baadaye, kinyume na madai ya Quran.

B. Encyclopedia Judaica: Dhana ya Sheol Katika Uyahudi

Kulingana na **Encyclopedia Judaica**, dhana ya Sheol haikuwa na nafasi ya hukumu ya kimaadili, bali ilikuwa tu sehemu ya wafu wote bila kujali walivyoishi. Encyclopedia hiyo inaeleza:

"Sheol ilieleweka kuwa mahali ambapo roho za wafu zinaenda. Hakukuwa na thawabu wala adhabu; badala yake, ilikuwa ni sehemu ya kimya, giza, na bila shughuli yoyote."

Hii inapingana na fundisho la Quran kwamba Taurati ilikuwa na onyo kuhusu moto wa milele.

---

3. Je, Taurati Iliharibiwa Kama Wanavyodai Waislamu?

Baadhi ya Waislamu wanadai kuwa Taurati iliharibiwa na kupoteza mafundisho yake ya awali kuhusu jehanamu. Hata hivyo, dai hili linakumbana na changamoto kubwa kadhaa:

1. **Uharibifu Ungekuwa Mkubwa Kupita Kiasi**
   - Taurati ilisambazwa kwa Wayahudi wengi kwa muda mrefu katika historia. Ikiwa kweli mafundisho ya jehanamu yaliondolewa, basi uharibifu huu ungekuwa

mkubwa sana, unaohusisha jamii nyingi katika vipindi tofauti vya historia.

2. **Hakuna Ushahidi wa Kihistoria Unaothibitisha Uharibifu Huu**
   - Nakala za kale za Taurati, kama **Dead Sea Scrolls**, zinaonyesha kuwa maandiko ya Kiyahudi hayajabadilika kwa kiwango kikubwa tangu enzi za Yesu. Hakuna ushahidi wa kuondolewa kwa fundisho la jehanamu.
3. **Imani ya Wagiriki Ilivyoathiri Uyahudi wa Baadaye**
   - Kama Ehrman anavyoeleza, dhana ya malipo na adhabu baada ya kifo ilianza kuingia katika Uyahudi wakati wa **Second Temple Judaism** kutokana na mwingiliano na Wagiriki wa Hellenistic. Ikiwa hii ni kweli, basi haingewezekana kuwa na fundisho la jehanamu katika Taurati kabla ya kipindi hiki.

Kwa hivyo, dai la Quran kuwa Taurati ilifundisha kuhusu jehanamu halina msingi wa kihistoria wala kitaaluma.

---

4. Je, Kuna Maandiko Yanayojulikana Yaliyoteremshwa Kwa Ibrahim?

Quran inadai kuwa maandiko ya jehanamu yalikuwepo pia katika maandiko ya Ibrahim, lakini hakuna **kitabu chochote cha kale cha Kiyahudi, Kikristo, au cha kihistoria** kinachosema kuwa Ibrahim aliandika au kupewa kitabu.

- Hakuna **kitabu kinachoitwa "Maandiko ya Ibrahim"** kinachopatikana katika historia ya Kiyahudi.
- Biblia inamtaja Ibrahim kama baba wa imani, lakini hakuna maandiko yoyote yanayosema kuwa alipokea maandiko yaliyoandikwa.

- Hii inaonyesha kuwa Quran ilitumia taarifa zisizo za kihistoria kuhusu Taurati na Ibrahim.

- **Taurati haina mafundisho yoyote kuhusu jehanamu au pepo.**
- **Sheol ilieleweka kama mahali pa wafu wote, bila hukumu ya kimaadili.**
- **Dhana ya adhabu na thawabu baada ya kifo ilianza wakati wa Second Temple Judaism, karne nyingi baada ya Taurati kuandikwa.**
- **Hakuna ushahidi kuwa Taurati iliharibiwa ili kuondoa fundisho la jehanamu.**
- **Hakuna maandiko yanayojulikana yaliyopewa Ibrahim.**

Kwa hivyo, **madai ya Quran kuhusu maisha baada ya kifo katika Taurati ni ya uongo kihistoria na kitaaluma**. Katika sura inayofuata, tutaendelea kuchunguza makosa mengine ya kihistoria katika Quran.

SURA YA 05

Ukuta Mkubwa wa Chuma: Hadithi ya Dhul-Qarnayn Katika Quran na Changamoto za Kihistoria

Katika Quran, kuna simulizi inayomhusu **Dhul-Qarnayn**, mtawala mkubwa aliyesaidia kundi la watu kujenga **ukuta mkubwa wa chuma** kati ya milima miwili ili kuwazuia makabila mabaya ya **Gog na Magog**. Quran inasema kuwa ukuta huu utaendelea kuwepo hadi **Siku ya Kiyama**, ambapo utavunjwa na Gog na Magog wataachiliwa duniani.

Hata hivyo, **hakuna ushahidi wowote wa kihistoria, wa kijiografia, wala wa kisayansi** unaothibitisha kuwepo kwa ukuta huu mkubwa wa chuma mahali popote duniani. Uchunguzi wa kisasa kwa kutumia **setilaiti na ramani za kidigitali** umeonyesha kuwa hakuna mabaki yoyote yanayolingana na maelezo ya Quran. Hii inaibua changamoto kubwa kuhusu usahihi wa kihistoria wa dai hili katika Quran.

---

1. Simulizi ya Dhul-Qarnayn Katika Quran

Aya zifuatazo kutoka Quran zinaelezea kuhusu ujenzi wa ukuta huu:

Quran 18:96-101

_"Leteni vipande vya chuma!" Alipokuwa amevilinganisha baina ya pande mbili, alisema, "Pulizeni moto!" Alipoufanya kuwa moto, alisema, "Leteni shaba iliyoyeyushwa nimwage juu yake."

Basi hawakuweza kuupanda wala kuutoboa. Akasema, "Huu ni rehema kutoka kwa Mola wangu. Lakini ahadi ya Mola wangu itakapotimia, Yeye atauvunja, na ahadi ya Mola wangu ni kweli."

Siku hiyo Tutawaacha wakikimbizana wao kwa wao, na tarumbeta itapulizwa, nasi Tutawakusanya wote pamoja. Na siku hiyo Tutawaleta waliokufuru mbele ya Jahannamu kwa wazi kabisa._

Hapa, Quran inaeleza kuwa ukuta huu utaendelea kuwepo hadi Siku ya Kiyama, ambapo utavunjwa na **tarumbeta itapulizwa**, ikimaanisha kuwa tukio hili ni sehemu ya matukio ya mwisho wa dunia.

Quran 21:95-97

_"Na imeharamishwa kwa mji wowote tulioangamiza kuwa warudi tena,

Mpaka pale Gog na Magog watakapofunguliwa (kwa kuvunjwa kwa kizuizi chao), na wakatiririka kutoka kila mwinuko.

Ndipo ahadi ya kweli itakapokaribia. Kisha tazama! Macho ya wale waliokufuru yatashangaa kwa hofu, wakisema: 'Ole wetu! Tumekuwa wazembe juu ya hili; sivyo, bali tulikuwa wenye dhuluma!'"_

Aya hizi zinathibitisha kuwa ukuta huu unaendelea kuwepo na utafunguliwa katika nyakati za mwisho, jambo ambalo halijathibitishwa kihistoria.

---

2. Changamoto za Kihistoria Kuhusu Ukuta wa Dhul-Qarnayn

Uchunguzi wa kihistoria na kisayansi umeonyesha kuwa hakuna ukuta wowote wa chuma unaolingana na maelezo ya Quran. Changamoto kuu ni kama ifuatavyo:

A. Hakuna Ushahidi wa Kijiografia

- Sayari yetu imechunguzwa kwa kina kwa kutumia **setilaiti**, **ramani za kidigitali**, na **data za kijiografia**. Hakuna mahali popote ambapo kuna **ukuta mkubwa wa chuma** unaotenganisha milima miwili.
- Ikiwa ukuta huu ulikuwa mkubwa kiasi cha kuzuia makabila makubwa kama **Gog na Magog**, mabaki yake yangepatikana hata leo.

B. Hakuna Rekodi za Kihistoria za Ukuta Huu

- Hakuna kumbukumbu katika historia ya Kirumi, Kichina, au Kiarabu zinazoeleza kuhusu ujenzi wa ukuta wa chuma wa Dhul-Qarnayn.
- Wataalamu wa historia ya zamani kama **Herodotus, Ptolemy, na Pliny the Elder** waliandika kuhusu ukuta wa China na maeneo mengine, lakini hakuna hata mmoja aliyemtaja Dhul-Qarnayn au ukuta wake.

C. Hadithi ya Dhul-Qarnayn Inafanana na Simulizi ya Alexander the Great

- Wataalamu wengi wa historia wanaamini kuwa hadithi ya **Dhul-Qarnayn inahusiana na Alexander the Great**, ambaye alikuwa mtawala mashuhuri wa dunia ya kale.
- **Kitabu cha Alexander Romance**, kilichoandikwa karne ya 3 BK, kinaeleza kuhusu Alexander kujenga kizuizi cha chuma ili kuzuia makabila mabaya. Hadithi hii inaweza kuwa ilivutia Waislamu wa mapema na kuingizwa katika Quran.
- Hata hivyo, wataalamu wa historia wanakubali kuwa **Alexander the Great hakujenga ukuta wa chuma mahali popote duniani**.

---

3. Hadithi za Siku ya Kiyama na Tarumbeta

Quran inataja mara nyingi kuwa **tarumbeta itapulizwa** kama ishara ya Siku ya Kiyama. Hii inatajwa katika aya zifuatazo:

- **Quran 18:99** – *"Na siku hiyo Tutawaacha wakikimbizana wao kwa wao, na tarumbeta itapulizwa, nasi Tutawakusanya wote pamoja."*
- **Quran 27:87** – *"Siku ambayo tarumbeta itapulizwa, atakaye kuwa mbinguni na duniani atashikwa na hofu, isipokuwa wale ambao Mwenyezi Mungu atawaruhusu..."*
- **Quran 69:13-15** – *"Tarumbeta itapulizwa kwa sauti moja, na ardhi na milima itainuliwa na kusagwa kwa msago mmoja, ndipo siku ile ya Kiyama itatokea."*
- **Quran 39:68** – *"Na tarumbeta itapulizwa, basi kila aliyeko mbinguni na ardhini atazimia, isipokuwa wale ambao Mwenyezi Mungu atawaruhusu. Kisha itapulizwa mara ya pili, nao wote watasimama na kutazama."*

Ingawa Quran inasisitiza kuwa hizi ni **ishara za Siku ya Kiyama**, bado hakuna uthibitisho wowote wa kihistoria au kisayansi wa kwamba ukuta wa chuma uliotajwa utaendelea kuwepo hadi wakati huo.

---

4. Je, Quran Ilichanganya Historia?

Kwa kuzingatia ushahidi wa kihistoria, kuna uwezekano mkubwa kuwa hadithi ya **Dhul-Qarnayn ni mchanganyiko wa hekaya za Kiasia na Kiarabu zilizojulikana katika karne ya 7 BK**.

- **Hadithi ya Alexander the Great** – Inaonyesha kufanana kwa maelezo ya Quran na masimulizi ya Kirumi ya karne za mapema.
- **Gog na Magog** – Katika Uyahudi na Ukristo, hawa ni makabila yanayokuja katika nyakati za mwisho, lakini hakuna uhusiano wa kihistoria na ukuta wa chuma.
- **Hakuna Ushahidi wa Kisayansi** – Hakuna mabaki ya ukuta wa chuma yaliyoonekana kupitia teknolojia za kisasa.

Baada ya kupitia ushahidi wa kihistoria na kisayansi, ni wazi kuwa hadithi ya **Dhul-Qarnayn na ukuta wa chuma haina msingi wa kihistoria**. Madai muhimu ya Quran kuhusu ukuta huu yanakabiliwa na changamoto zifuatazo:

- **Hakuna ushahidi wa kijiografia** – Hakuna ukuta wa chuma mahali popote duniani.
- **Hakuna rekodi za kihistoria** – Hakuna kumbukumbu ya Dhul-Qarnayn au ukuta huu kutoka kwa wanahistoria wa kale.
- **Hadithi hii inatokana na simulizi za kale** – Inawezekana Quran iliathiriwa na hadithi za Alexander the Great na Alexander Romance.
- **Gog na Magog ni sehemu ya hadithi za apokaliptiki** – Hakuna uthibitisho kuwa walizuiliwa na ukuta wa chuma.

Kwa hivyo, madai ya Quran kuhusu **ukuta wa chuma wa Dhul-Qarnayn yanaonekana kuwa hekaya badala ya historia halisi**. Katika sura inayofuata, tutachunguza makosa mengine ya kihistoria ndani ya Quran.

Ukuta wa Chuma wa Dhul-Qarnayn: Uthibitisho wa Kihistoria na Kitaaluma na Ulinganisho na Maandiko ya Biblia

Quran inasimulia kisa cha **Dhul-Qarnayn** ambaye anajenga ukuta mkubwa wa chuma ili kuzuia makabila ya **Gog na Magog** yasivamie ulimwengu. Hata hivyo, uchunguzi zaidi wa kihistoria na wa kijiografia hauonyeshi kuwepo kwa ukuta huo, na hakuna ushahidi wa wazi unaoonyesha kwamba simulizi hii ina msingi wa kihistoria. Katika sehemu hii, tutatumia **maoni ya waelezaji wa Biblia (biblical expositors), tafsiri za kitaaluma, pamoja na ulinganisho wa maneno muhimu kupitia Strong's Concordance**, ili kuonyesha tofauti kati ya hadithi hii ya Qurani na uhalisia wa kihistoria na wa maandiko ya Biblia.

---

1. Maelezo ya Qunut (Dhul-Qarnayn) na Ukuta wa Chuma Katika Quran

Quran 18:96-101 inaeleza Dhul-Qarnayn akitumia vipande vya chuma na shaba iliyoyeyuka kujenga ukuta imara kati ya milima miwili, akidai ukuta huo utaendelea mpaka nyakati za mwisho (Siku ya Kiyama).

- **Dhul-Qarnayn** anatajwa kama mtawala mwenye nguvu, anayeshinda ardhi nyingi na kumsaidia kundi la watu kujenga kinga dhidi ya makabila mabovu.
- **Ukuta wa chuma** unatajwa kuwa ni "rehema kutoka kwa Mola", lakini hatimaye utaangushwa wakati ahadi ya Mungu itatimia, ikihusishwa na matukio ya **Siku ya Kiyama**.

Hata hivyo, **hakuna uthibitisho yakinifu wa kihistoria** katika tamaduni zingine (Kiroma, Kichina, au Kiajemi) inayotaja ukuta wa chuma wenye sifa kama hizi.

---

2. Je, Kuna Ushahidi Wowote wa Kihistoria au Kijiografia?

1. **Setilaiti na Utafiti wa Kisasa**
   - Wataalamu wamefanya utafiti wa kina duniani kote kwa kutumia teknolojia za kisasa kama **setilaiti** na **ramani za kidijitali**.

- Hakuna mabaki yaliyogunduliwa yanayofanana na "ukuta wa chuma" unaoelezwa katika Quran.

2. **Rekodi za Wanahistoria Wazamani**
   - Wanahistoria maarufu kama **Herodotus**, **Ptolemy**, na **Pliny the Elder** waliandika kuhusu miundo mikubwa (mfano: Ukuta Mkuu wa China), lakini hakuna hata mmoja wao anayetaja ukuta wa chuma wa Dhul-Qarnayn.
   - Hakuna kumbukumbu katika maandiko ya kale ya **Kiarabu** au **Kiislamu** (mbali na Quran na hadithi zinazohusiana) zinazothibitisha ujenzi huu.
3. **Hadithi za Alexander the Great (Alexander Romance)**
   - Wataalamu wengi wanasema hadithi ya Dhul-Qarnayn huenda ilitokana na simulizi za kale za Alexander the Great (Alexander Romance).
   - **Alexander the Great** hakujenga ukuta wa chuma popote, ingawa baadhi ya visa vya hekaya vinadai alijenga kizuizi cha kuzuia makabila mabovu.
   - Uchunguzi wa kihistoria unaonyesha hadithi hizi zilikuwa ni hekaya (romances) zisizo na msingi thabiti wa kihistoria.

---

3. Ulinganisho na Maandiko ya Biblia: Gog na Magog

Gog na Magog ni majina yanayotajwa katika Biblia, hususan katika:

- **Ezekieli sura ya 38–39** (Agano la Kale)
- **Ufunuo 20:7-9** (Agano Jipya)

Hata hivyo, hakuna mahali popote katika maandiko ya Kibiblia panapotaja ukuta wa chuma uliowajengea Gog na Magog kizuizi.

A. Strong's Concordance na Neno "Gog" na "Magog"

- **Gog (גּוֹג - Strong's H1463)**: Jina la mtawala au kabila kutoka "kaskazini" (Ezekieli 38:15, 39:2).
- **Magog (מָגוֹג - Strong's H4031)**: Linatajwa kama nchi au kabila linalohusishwa na Gog (Ezekieli 38:2).

Katika **Ufunuo 20:7-9**, Gog na Magog wanaonekana kama mfano wa majeshi maovu ambayo yatapambana na Mungu katika nyakati za mwisho, lakini **hakuna** mahali panaposema walifungwa nyuma ya ukuta wa chuma.

---

4. Maoni ya Waelezaji (Biblical Expositors) Kuhusu Gog na Magog

A. Matthew Henry Commentary

- Matthew Henry anatafsiri sura ya **Ezekieli 38–39** na kusema kuwa Gog na Magog ni wapinzani wa watu wa Mungu watakaokuja nyakati za mwisho.
- Hakuna mahali ambapo anasema Gog na Magog waliwekwa nyuma ya ukuta wa chuma, wala hakuna kiashiria cha kwamba Alexander au mtawala yeyote aliwafungia.

B. John Gill's Exposition of the Bible

- John Gill anabainisha kuwa Gog na Magog ni majina ya kiishara (au kijiografia) yanayorejelea maadui wa Israeli au maadui wa mpango wa Mungu.
- Hana rejea yoyote ya "ukuta wa chuma" wala kizuizi cha kimwili dhidi ya Gog na Magog.

C. Adam Clarke's Commentary

- Adam Clarke anasisitiza kuwa maelezo ya Gog na Magog katika **Ezekieli** na **Ufunuo** yanaweza kuwa simbólico (yaani, ishara ya mapambano ya kiroho).
- Hata hivyo, hausilishi wazo la kuwazuilia hawa maadui kwa kizuizi cha chuma, akionyesha kwamba mawazo kama hayo hayaonekani kabisa katika Biblia.

Kwa mujibu wa wafafanuzi hawa, hakuna ushahidi wowote wa **ukuta wa chuma** unaohusishwa na Gog na Magog katika mafundisho ya Kiyahudi au Kikristo.

---

5. Sababu za Theolojia: Ukuta vs. Mpango wa Eschatologia

A. Biblia na Mpango wa Eschatologia

- Katika Biblia, **matukio ya nyakati za mwisho** (eschatologia) yanahusisha ujio wa Kristo, hukumu ya mwisho, ufufuo wa wafu, na mapambano ya mwisho kati ya nguvu za Mungu na za shetani.

- Gog na Magog wanatajwa kama sehemu ya vita vya mwisho au uasi wa mwisho, lakini hakuna fununu ya kuwazuia kwa kizuizi cha chuma.

B. Quran na Mtazamo wa Kiislamu

- Quran inawaona Gog na Magog kama makabila yenye kuleta maangamizi ambayo yataachiwa huru Siku ya Kiyama, baada ya ukuta wa Dhul-Qarnayn kuvunjwa.
- Hii inaonekana kama **uelewa mwingine** juu ya Gog na Magog, tofauti na maelezo ya Kibiblia.

---

6. Je, Kuna Msingi wa Hekaya au Historia?

Kulingana na ulinganisho huu, kuna uwezekano kuwa:

1. **Quran Ilichanganya Dhana Tofauti**:
   - Inaelekea hadithi ya "ukuta wa chuma" iliunganishwa na majina ya "Gog na Magog" kutoka kwenye Biblia na hekaya za zamani kuhusu Alexander the Great.
2. **Hekaya za Alexander Romance**:
   - Baadhi ya masimulizi ya karne za mapema (Alexander Romance) yalimuonyesha Alexander akijenga kizuizi cha kuzuia makabila ya kaskazini.
   - Masimulizi haya yalipokelewa katika tamaduni mbalimbali na huenda yalivutia wasimulizi wa Kiislamu wa karne ya 7 BK.
3. **Hakuna Rekodi ya Kihistoria**:
   - Hakuna maandiko ya kale ya Kikristo au Kiyahudi yanayokiri kuwapo kwa ukuta huo.

- Biblia haijawahi kumtaja Alexander kama mtawala aliyejenga kizuizi cha chuma, na hakuwahi pia kuitwa Dhul-Qarnayn.

---

7. Hitimisho

Kutokana na:

- **Tafsiri za wanazuoni wa Biblia (Matthew Henry, John Gill, Adam Clarke)
- Ulinganisho wa maneno (Gog na Magog) kupitia Strong's Concordance
- Ushahidi wa kihistoria na ramani za kisasa**

Hakuna ushahidi wowote unaoonyesha kuwepo kwa "ukuta mkubwa wa chuma" unaowazuia Gog na Magog duniani. Badala yake, **maelezo ya Kibiblia** yanaonyesha Gog na Magog kuwa ishara ya majeshi ya maovu au kabila la kaskazini litakalopambana na Mungu nyakati za mwisho, bila kutajwa kizuizi chochote cha chuma.

Kwa hiyo, simulizi ya Quran kuhusu ukuta wa Dhul-Qarnayn inaonekana kuwa ni hadithi au hekaya iliyojengwa kutoka katika chanzo cha Alexander Romance, ikiunganishwa na majina ya Kibiblia (Gog na Magog) kwa mtazamo wa Kiislamu wa eschatologia. **Kutokuwepo kwa ushahidi wowote wa kihistoria, kijiografia, na kukosekana kwa maelezo kama hayo katika Biblia** kunasisitiza kwamba hadithi hii **haina msingi thabiti wa kihistoria**.

Katika muktadha huo, inaonekana Quran imetoa simulizi ambayo **haipatani na rekodi za kale** za historia wala matoleo ya awali ya mifumo ya imani ya Kiyahudi na Kikristo, na hivyo kuibua maswali kuhusu chanzo chake na usahihi wake wa kihistoria.

SURA YA 06

Je, Daudi Aligundua Mavazi ya Chainmail? Uchambuzi wa Kihistoria na Kitaaluma

Katika historia ya kivita, **mavazi ya chainmail** (ambayo si sawa na scale armor) yanahusishwa na **Waceltic wa Karne ya 3 KK**, na si na Daudi wa Biblia, ambaye aliishi katika **karne ya 10 KK**. Ushahidi wa kiakiolojia umebaini kuwa chainmail pia ilikuwepo katika makaburi ya **Wascythia wa karne ya 5 KK** na pia ina mifano michache ya **Etruscan wa karne ya 4 KK**.

Hii inamaanisha kuwa **mavazi ya chainmail yalikuwepo kwa muda mrefu kabla ya enzi ya Daudi**, na hakuna ushahidi wa kihistoria unaoonyesha kuwa Daudi alikuwa mvumbuzi wa teknolojia hii ya kivita.

Hata hivyo, **Quran inadai kuwa Mungu alimfundisha Daudi jinsi ya kutengeneza chainmail**, akimfanya kuwa mvumbuzi wa teknolojia hii. Kinyume chake, **Biblia haitaji mahali popote kuwa**

Daudi aligundua chainmail, na maandiko yake ya asili yanazungumzia **nguo ya kivita kwa ujumla** badala ya mavazi ya chainmail.

---

1. Mavazi ya Chainmail Katika Biblia na Mistranslation ya 1 Samweli 17:5, 17:38

Katika **1 Samweli 17:5**, maandiko yanamtaja **Goliathi** kuwa na vazi la kivita lililofanywa kwa shaba:

"Kofia ya shaba alikuwa ameivaa kichwani mwake, naye alikuwa amevaa darii (coat of mail) ya shaba; uzani wa hiyo darii yake ya shaba ulikuwa shekeli elfu tano."

Katika **1 Samweli 17:38**, **Sauli anampa Daudi vazi la kivita**:

"Basi Sauli akamvika Daudi mavazi yake, akamtia koti ya chuma, akamtia na chepeo cha shaba kichwani mwake."

Hata hivyo, watafsiri wa Biblia **wamebaini kuwa tafsiri ya 'coat of mail' katika maandiko haya ni potofu**, kwa sababu neno lililotumika kwa Kiebrania lina maana ya **silaha kwa ujumla** na si chainmail.

Kwa hivyo, **Biblia haiwezi kuchukuliwa kuwa ushahidi kwamba Daudi alivaa chainmail**, kwa sababu neno la Kiebrania linamaanisha aina yoyote ya vazi la kivita, si vazi la mnyororo wa chuma.

---

2. Quran na Dai Kuwa Daudi Aligundua Chainmail

Katika Quran, Daudi anatajwa kama mvumbuzi wa chainmail kwa msaada wa Mungu. Katika **Quran 34:10-11**, inasemekana:

"Hakika tulimpa Daudi neema kutoka kwetu, (tukisema): Ewe milima na ndege, msifuni pamoja naye! Na tukalainisha chuma kwa ajili yake,

tukamwambia: Tengeneza mavazi marefu ya chuma (coat of mail) na upime vizuri maungio yake. Na fanyeni vitendo vizuri, hakika Mimi ninaona mnayoyafanya."

Katika **Quran 21:79-80**, madai haya yanarudiwa tena:

"Na tumemfundisha jinsi ya kutengeneza mavazi ya chuma kwa ajili yenu ili yawalinde katika vita vyenu. Je, hamshukuru?"

Quran inadai kuwa Mungu alimfundisha Daudi **sanaa ya kufanya mavazi ya kivita ya chuma kwa mfumo wa mnyororo (chainmail)**. Kwa hivyo, Quran inaonyesha kuwa chainmail ilikuwa uvumbuzi wa Daudi, jambo ambalo linakinzana na ushahidi wa kihistoria.

---

3. Ushahidi wa Kiakiolojia: Chainmail Ilitokea Wapi?

Kulingana na wanahistoria wa kijeshi, **chainmail haikugunduliwa na Waebrania wa karne ya 10 KK, bali na Waceltic wa karne ya 3 KK**.

A. Ushahidi wa Kihistoria

1. **Mavazi ya Chainmail Katika Makaburi ya Wascynthia wa Karne ya 5 KK**
   - Katika makaburi ya Wascynthia wa **karne ya 5 KK**, wanasayansi wamegundua **mavazi ya chuma yenye muundo wa chainmail**, ikiwa na ushahidi kuwa yalikuwepo karne nyingi baada ya Daudi.
2. **Mifano ya Chainmail Katika Waceltic wa Karne ya 3 KK**
   - Historia inaonyesha kuwa Waceltic walikuwa wa kwanza kutumia **chainmail kwa upana**, wakieneza teknolojia hii kote Ulaya.
3. **Hakuna Ushahidi Katika Ufalme wa Israeli**

- Hakuna mabaki ya kiakiolojia yanayoonyesha kuwa Israeli ya karne ya 10 KK ilikuwa na teknolojia ya chainmail.

Kwa hivyo, kwa mujibu wa ushahidi wa kihistoria, **Daudi hakuwa mvumbuzi wa chainmail, na haiwezekani kuwa alibuni teknolojia hii katika karne ya 10 KK**.

---

4. Tafsiri ya Ibn Kathir na Maana ya 'Sabighatin' Katika Quran 34:11

Kwa mujibu wa **Ibn Kathir**, maana ya neno **"sabighatin"** (سَابِغَاتٍ) lililotumika katika Quran 34:11 linamaanisha **"mavazi marefu ya chuma"**, jambo ambalo linahusiana na chainmail.

Vile vile, katika tafsiri yake, **Mujahid na Ibn Abbas** wanatumia neno **"halqat"** (حَلْقَةٍ), ambalo linamaanisha **"pete za chuma zinazounda mavazi ya chainmail"**.

Hii inaonyesha kuwa waelezaji wa Quran walielewa aya hizi kama uthibitisho kwamba **Daudi alivumbua chainmail**, jambo ambalo linakinzana na historia ya kweli.

---

5. Je, Quran Iliathiriwa na Hadithi za Kibaabiloni?

Baadhi ya watafiti wanapendekeza kuwa simulizi la Daudi kupewa uwezo wa kulainisha chuma huenda lilitokana na hadithi za zamani za Babeli, ambazo zilimuonyesha **Mfalme Gilgamesh au Enmeduranki** wakipewa hekima ya kipekee na miungu.

- Katika historia, mafundi wa chuma walihusishwa na **sanaa za kichawi na baraka za miungu**, jambo ambalo lilikuwa sehemu ya hadithi nyingi za Mashariki ya Kati.

- Inawezekana Quran ilichukua hadithi hizi na kuzihusisha na Daudi.

Hii inaongeza uwezekano kuwa simulizi la Daudi katika Quran **halina msingi wa kihistoria**, bali lilitokana na hadithi za Kibaabiloni na Kiajemi.

---

6. Je, Muhammad na Waislamu wa Mwanzo Walifahamu Chainmail?

Katika **Sahih Muslim 5:2229**, Muhammad anataja **mavazi ya chuma ya kivita kwa njia ya mlinganisho wa kiibada**:

"Mavazi mawili ya chuma ni kama mfano wa mtu mkarimu na mtu bahili, ambapo kila pete ya chuma (halqat) imebanwa karibu kwa mtu mchoyo."

Hii inaonyesha kuwa **Waislamu wa mwanzo walikuwa na ufahamu wa chainmail** na walikuwa wakitumia silaha hizi. Lakini haionyeshi kuwa Daudi ndiye aliyegundua teknolojia hii.

---

7. Hitimisho: Daudi Hakugundua Chainmail

Baada ya uchambuzi wa:

- **Tafsiri ya Biblia na Strong's Concordance kuhusu 1 Samweli 17:5, 17:38**
- **Ushahidi wa kiakiolojia kutoka makaburi ya Wascynthia na Waceltic**
- **Tafsiri ya Ibn Kathir kuhusu Quran 34:11**
- **Uwezekano wa Quran kuathiriwa na hadithi za Kibaabiloni**

Hakuna ushahidi wa kihistoria unaothibitisha kuwa **Daudi alivumbua chainmail**. Badala yake:

☑ **Chainmail iligunduliwa na Waceltic wa karne ya 3 KK**
☑ **Biblia haitaji Daudi kama mgunduzi wa chainmail**
☑ **Quran inaonekana kuingiza hadithi za Kibaabiloni kuhusu kulainishwa kwa chuma**
☑ **Hakuna ushahidi wa kiakiolojia wa chainmail kutoka Israeli ya Daudi**

Kwa hivyo, dai la Quran kwamba **Daudi alifundishwa na Mungu kutengeneza chainmail ni kosa la kihistoria**, kwa sababu teknolojia hiyo haikuwepo wakati wa Daudi, na haikugunduliwa na Waebrania wa karne ya 10 KK.

SURA YA 07

Mateso ya Kusulubishwa Katika Misri ya Kale: Ulinganisho Kati ya Quran na Ushahidi wa Kihistoria

Moja ya masimulizi yenye utata katika Quran ni madai ya kwamba kusulubishwa (crucifixion) yalitumiwa kama njia ya adhabu wakati wa **Musa (karibu 1500 KK)** na **Yusufu (karibu 2000 KK)**. Hata hivyo, ushahidi wa kihistoria na wa kiakiolojia unaonyesha kuwa njia hii ya kunyongwa haikuanza kutumika hadi **karibu 500 KK**, wakati ambapo ilianza kutumika katika tamaduni mbalimbali za Mashariki ya Kati. Hii inaleta swali muhimu kuhusu uhalisia wa madai haya ya kihistoria katika Quran.

---

1. Ushahidi wa Quran Kuhusu Kusulubishwa Katika Misri ya Kale

Katika Quran, Farao wa Misri anatishia kutumia kusulubishwa kama adhabu kwa wale wanaomuunga mkono Musa. Vile vile, kusulubishwa kunaelezwa kama adhabu inayomkabili mmoja wa wenzake Yusufu gerezani.

A. Quran 12:41 (Kisa cha Yusufu)

"Enyi wenzangu wawili wa gerezani! Ama mmoja wenu atamminia mfalme divai, na yule mwingine atatundikwa msalabani, na ndege watakula kutoka kichwani mwake. Jambo hili limeamriwa ambalo mnaliulizia."

Katika aya hii, Quran inaeleza kuwa mmoja wa wafungwa atakufa kwa kusulubishwa. Hii inaashiria kwamba njia ya kusulubisha tayari ilikuwepo wakati wa Yusufu, karibu **karne ya 20 KK**, jambo ambalo linakinzana na ushahidi wa kihistoria.

B. Quran 21:71 (Kisa cha Musa)

"(Farao) akasema: Mnaamini kwake kabla sijawaruhusu? Hakika yeye ndiye mkuu wenu aliyekufunzeni uchawi. Hakika nitakata mikono na miguu yenu kwa kupishana, na nitakusulubisheni juu ya vigogo vya mitende, na mtajua nani kati yetu ana adhabu kali zaidi na ya kudumu."

Katika aya hii, Farao anatishia kuwasulubisha wafuasi wa Musa juu ya **vigogo vya mitende**. Hii ni tofauti na aina ya kunyongwa kwa kutumia miti au mti mrefu inayojulikana katika tamaduni za baadaye.

2. Ulinganisho na Ushahidi wa Kihistoria na Kiakiolojia

A. Kusulubishwa katika Historia

Historia inaonyesha kuwa **kusulubishwa kama njia ya adhabu ilianza kutumika karibu na 500 KK**, na si kabla ya hapo. Aina hii ya kunyongwa ilikuwa maarufu kati ya mataifa kama **Waparsi, Warumi, na Waashuru**, lakini haijawahi kurekodiwa katika Misri ya kale.

1. **Kusulubishwa Katika Utamaduni wa Waparsi**
   - Waparsi walitumia njia ya kusulubisha kwa wale waliohukumiwa kifo, na hii ndiyo inayoonekana kuwa mwanzo wa matumizi ya njia hii.
2. **Kusulubishwa Katika Dola ya Kirumi**
   - Warumi waliikuza zaidi adhabu hii, wakitumia kusulubisha kama adhabu ya kifo kwa wahalifu na maadui wa dola.

B. Je, Misri ya Kale Ilitumia Kusulubishwa?

Misri ya kale, kwa mujibu wa wachunguzi wa kiakiolojia, haikutumia kusulubisha kama njia ya adhabu ya kifo. Badala yake, kuna ushahidi wa **watu waliodungwa kwa mikuki au kutundikwa juu ya miti** (impalement), lakini hii haifananani na kusulubishwa kwenye **vigogo vya mitende** kama ilivyoelezwa katika Quran.

- **Hieroglyphs za Wamisri** zinaonyesha picha za adhabu mbalimbali, lakini hakuna ishara yoyote ya kusulubishwa.
- **Vigogo vya mitende** vilikuwa na kipenyo kikubwa, na havikuwa na muundo unaofaa kutumika kwa njia ya kusulubisha ambayo inaelezwa katika Quran.

3. Uchanganuzi wa Maneno na Tafsiri Katika Quran

Quran inatumia neno sawa la **"kusulubisha"** (صلب) katika aya zinazozungumzia kifo cha Yesu (Quran 4:157). Hii inamaanisha kwamba njia hii ya adhabu ilikuwa na muundo sawa katika enzi zote, lakini hakuna ushahidi wa kihistoria kwamba Misri ya kale ilikuwa na aina hii ya kunyongwa.

A. Neno la Kiarabu "Salaba" (صلب)

Katika tafsiri ya Kiislamu, neno **"salaba"** linamaanisha "kusulubisha" kwa njia ya kuwekwa msalabani au juu ya kitu. Lakini katika historia, matumizi ya neno hili yanarejelea adhabu za baadaye zaidi na si za wakati wa Wamisri wa kale.

B. Farao na "Mmiliki wa Vigingi" (Quran 89:6-11)

Katika **Quran 89:6-11**, Farao anaitwa **"mmiliki wa vigingi"**, na baadhi ya watafsiri wanadai kwamba hii inaashiria aina ya kunyongwa. Hata hivyo, muktadha wa aya hizi unaonyesha kuwa "vigingi" vinaweza kurejelea **nguzo za mawe au miundo mikubwa** kama vile mahekalu au piramidi za Misri, na si njia ya kunyongwa.

---

4. Kutokuwepo kwa Ushahidi wa Amputations ya Mkono na Mguu Katika Misri ya Kale

Quran pia inataja kuwa Farao alitishia **kukata mikono na miguu kwa kupishana** kwa wale waliomuunga mkono Musa. Hata hivyo, **hakuna**

ushahidi wowote wa kihistoria au wa kiakiolojia unaoonyesha kuwa aina hii ya adhabu ilitumika katika Misri ya kale.

- **Adhabu za Wamisri** zilijumuisha kuchapwa mijeledi, kutupwa gerezani, au kunyongwa, lakini si kukatwa viungo kwa namna ilivyoelezwa katika Quran.
- **Quran 5:33** inataja aina hii ya adhabu kama sehemu ya sheria za Kiislamu, jambo linaloonyesha kuwa hii ilikuwa **adhabu ya wakati wa Uislamu** na huenda Quran ilihamishia desturi za baadaye katika simulizi za zamani.

---

5. Maoni ya Wataalamu: Anachronism Katika Quran

Profesa Sean W. Anthony, mtaalamu wa masuala ya Quran na historia ya Mashariki ya Kati, ameonyesha kwamba kuna upungufu wa ushahidi wa kihistoria unaounganisha kusulubishwa na Misri ya kale. Katika mjadala wake wa masuala ya kihistoria ya Quran, anasema:

"Inaonekana wazi kuwa Quran ilihamisha baadhi ya desturi za adhabu za wakati wa Muhammad kwenda kwenye hadithi za kale za Wamisri. Hili linaweza kuwa ni jaribio la kuunganisha desturi za kale na zile za wakati huo wa Uislamu."

Kwa mujibu wa uchambuzi wa Profesa Anthony, inadhihirika kuwa **Quran inatoa simulizi ambazo hazina msingi wa kihistoria katika muktadha wa Misri ya kale**.

---

6. Changamoto za Kihistoria na Theolojia

Kutokana na:

- **Uchambuzi wa kiakiolojia** unaoonyesha kuwa kusulubishwa hakukuwa desturi ya Misri ya kale,
- **Ushahidi wa kihistoria** unaoonyesha kuwa kusulubishwa kulianza kutumika karibu na **500 KK**, na
- **Maelezo ya watafsiri na wanazuoni** ambao wanakubali kuwa kuna uwezekano wa Quran kutumia desturi za baadaye katika hadithi za zamani,

Ni wazi kuwa simulizi za kusulubishwa kwa Yusufu na wafuasi wa Musa katika Quran **zinakosa msingi wa kihistoria**. Hili linaonyesha uwezekano wa kuwa Quran imeingiza matukio ya wakati wake katika hadithi za kale, au kuchanganya desturi tofauti za adhabu. **Ukweli huu unaibua maswali kuhusu usahihi wa kihistoria wa baadhi ya masimulizi ya Quran** yanayohusiana na Misri ya kale na aina za adhabu zilizotumika wakati huo.

Kusulubishwa Katika Misri ya Kale: Makosa ya Kihistoria na Uthibitisho wa Kitaaluma wa Biblia

Quran inadai kuwa kusulubishwa kilitumika kama adhabu katika Misri ya kale wakati wa **Musa (karibu 1500 KK)** na **Yusufu (karibu 2000 KK)**. Hata hivyo, historia na uchunguzi wa maandiko matakatifu yanaonyesha kuwa **kusulubishwa hakukuwa njia ya adhabu katika Misri ya kale**. Uchunguzi wa kina wa Biblia, tafsiri za watafsiri wa Biblia (Biblical Expositors), na Strong's Concordance unaonyesha kuwa dai hili lina **makosa makubwa ya kihistoria na kiteolojia**.

1. Uhakiki wa Ushahidi wa Biblia Kuhusu Kusulubishwa Katika Misri

Katika Biblia, hakuna sehemu yoyote inayoeleza kuwa Wamisri wa kale walitumia **kusulubisha** kama njia ya adhabu. Badala yake, aina za adhabu zilizotumika zilikuwa:

- ✅ **Kuchapwa viboko** – (Kutoka 5:14)
- ✅ **Kutupwa gerezani** – (Mwanzo 39:20)
- ✅ **Kukatwa vichwa kwa upanga** – (Yeremia 46:14)
- ✅ **Kutumbukizwa ndani ya maji au kuchinjwa** – (Kutoka 1:22)

A. Strong's Concordance: Tafsiri ya Maneno Yanayohusiana na Kusulubishwa

Katika **1 Samweli 31:10**, neno *"salaba"* halikutumika kueleza kunyongwa kwa Saul, badala yake, lilitumika neno **"talah"** (תָּלָה - Strong's H8518) linalomaanisha **kutundika kitu au mtu kwa kamba au fimbo**.

Katika **Kumbukumbu la Torati 21:23**, sheria ya Musa inasema:

"Mzoga wake usikae usiku kucha juu ya mti, bali hakika mtamzika siku iyo hiyo; kwa kuwa mtu aliyetundikwa (talah) amelaniwa na Mungu." (Kumbukumbu 21:23)

Neno hili linamaanisha 'kutundikwa' kwa fimbo au mti wa kunyongea na si kusulubishwa.

Kwa hivyo, tafsiri sahihi ya hukumu za kifo katika Biblia inahusisha **kutundika na kunyonga**, lakini si kusulubisha kwa kutumia misalaba au miti kama inavyodaiwa katika Quran.

2. Ushahidi wa Kihistoria: Kusulubishwa Kilianzia Lini?

Kulingana na watafiti wa historia ya Mashariki ya Kati, **kusulubishwa kama njia ya adhabu ya kifo kilianza kutumika takriban 500 KK** na mataifa yafuatayo:

1. **Waparsi (Dola la Achaemenid, Iran ya sasa)**
   - Waparsi walikuwa miongoni mwa wa kwanza kutumia kusulubishwa kama adhabu kwa maadui wa dola.
2. **Waashuru na Wababiloni**
   - Walitumia **kuning'iniza miili kwa nguzo au miti**, lakini si kusulubisha kama ilivyojulikana kwa Warumi.
3. **Warumi**
   - Warumi walikuza mbinu ya kusulubisha kuwa adhabu ya kifo kwa wahalifu wakubwa.

● **Hakuna ushahidi wa Misri ya kale kutumia kusulubishwa**.

A. Hieroglyphs za Wamisri wa Kale

Katika michoro ya **Misri ya kale**, watu walionyeshwa **wamekatwa vichwa, kuchapwa mijeledi, au kutupwa mtoni**, lakini hakuna hata moja inayoonyesha mtu aliyesulubiwa.

Kwa hivyo, Quran inapotaja kusulubiwa wakati wa Yusufu na Musa, inatoa madai yasiyo na msingi wa kihistoria.

---

3. Je, Quran Ilichanganya Kusulubiwa na Aina Nyingine za Adhabu?

Katika **Quran 12:41**, inasemekana kuwa Yusufu alitabiri kuwa mmoja wa wafungwa wake **angesulubiwa**, jambo ambalo linapingana na historia kwa sababu:

1. **Hakuna ushahidi wa kusulubisha katika Misri ya kale**
2. **Hakuna maandiko ya Kiyahudi au Kikristo yanayothibitisha madai haya**
3. **Uchunguzi wa Strong's Concordance unaonyesha kuwa 'kutundika' na 'kusulubisha' ni dhana tofauti katika Biblia**

Katika **Quran 7:124**, Farao anawaambia wachawi wa Musa:

"Nitakata mikono na miguu yenu kwa kupishana, na nitakusulubisheni juu ya vigogo vya mitende."

Hii ni aina ya adhabu isiyo na msingi katika historia ya Misri ya kale. Katika sheria za Farao, watu walihukumiwa **kwa kuchapwa mijeledi, kupigwa au kutupwa ndani ya maji**, lakini si kusulubishwa juu ya mitende.

B. Tafsiri za Ibn Kathir na Waelezaji wa Kiislamu

Ibn Kathir, katika tafsiri yake ya **Quran 34:11**, anatumia neno **"salaba"** (صلب) kueleza kusulubishwa.

Tafsiri hii hailingani na historia kwa sababu kusulubishwa hakukutumika katika Misri ya kale. Inawezekana kuwa Quran ilichanganya hadithi za wakati wa Warumi na historia ya Wamisri wa kale.

4. Madai ya Quran Kuhusu "Farao Mmiliki wa Vigingi"

Katika **Quran 89:6-11**, Farao anaitwa **"mmiliki wa vigingi"** (ذُو ٱلْأَوْتَادِ, dhu al-awtad).

1. **Baadhi ya wasomi wa Kiislamu wanadai kwamba 'vigingi' hapa vinamaanisha 'misalaba' ya kusulubisha.**
2. **Hata hivyo, neno hili kwa Kiarabu linamaanisha 'nguzo' au 'misingi' ya majengo**, jambo linaloweza kurejelea **piramidi au hekalu za Misri.**

● **Kwa hivyo, tafsiri ya Quran kuhusu vigingi kama sehemu ya kusulubisha haipatani na historia ya Misri ya kale.**

---

5. Theolojia ya Kusulubiwa Katika Biblia na Quran

Katika Biblia, kusulubiwa hakutajwi kuwa njia ya adhabu katika Agano la Kale. Badala yake:

☑ **Agano la Kale linataja 'kutundikwa' au 'kuning'inizwa' kwa maiti (Kumbukumbu la Torati 21:23)**

☑ **Yesu alisulubiwa kwa mara ya kwanza katika historia ya Kiyahudi chini ya Warumi (Mathayo 27:35)**

☑ **Hakuna mtume mwingine wa Agano la Kale aliyehukumiwa kwa kusulubiwa**

Katika **Quran 4:157**, inasemekana kuwa Yesu hakusulubiwa, jambo ambalo linapingana na maandiko ya Agano Jipya. Hii inaonyesha kuwa **Quran inakosea kuhusu historia ya kusulubiwa kwa ujumla wake** – si tu katika Misri ya kale, bali pia kwa Yesu Kristo.

6. Hitimisho: Kusulubiwa Hakukutokea Katika Misri ya Kale

Kwa mujibu wa:

◈ **Uchunguzi wa Strong's Concordance** kuhusu kutundika na kusulubisha

◈ **Tafsiri za waelezaji wa Biblia** (Matthew Henry, John Gill, Adam Clarke)

◈ **Uchambuzi wa kiakiolojia kuhusu adhabu za Wamisri wa kale**

◈ **Maelezo ya wanahistoria kuhusu chanzo cha kusulubishwa (Waparsi na Warumi)**

Ni wazi kwamba:

✕ **Hakuna ushahidi wa kusulubishwa katika Misri ya kale**

✕ **Quran inadai kusulubishwa wakati wa Yusufu na Musa, jambo lisilowezekana kihistoria**

✕ **Uchunguzi wa Biblia unaonyesha kuwa kutundikwa ni tofauti na kusulubiwa**

✕ **Quran inaweza kuwa imehamisha adhabu za Kiislamu za baadaye na kuzihusisha na historia ya Wamisri wa kale**

Kwa hivyo, madai ya Quran kuhusu kusulubishwa katika Misri ya kale yanaonekana kuwa **anachronistic (yaani, kosa la kihistoria la kuweka tukio mahali pasipo sahihi katika historia).**

SURA YA 08

Watu wa Samaria Katika Misri ya Kale: Makosa ya Kihistoria Katika Quran

Quran inasimulia kwamba Musa alihusika na mtu aliyeitwa "**Samiri**" (**As-Sāmiriyyu - ٱلسَّامِرِىُّ**) wakati wa safari ya Wana wa Israeli jangwani. Hata hivyo, **historia inaonyesha kuwa Wasamaria hawakuwepo hadi zaidi ya miaka 500 baada ya Musa**, jambo linaloonyesha **anachronism (kosa la kihistoria la kuweka tukio katika muktadha usiofaa)** katika Quran.

---

1. Ushahidi wa Kihistoria: Wasamaria Walitokea Lini?

Kulingana na **Oxford Bibliographies**, **Wasamaria walitokea karne ya 9 KK**, baada ya **Mfalme Omri wa Israeli Kaskazini kujenga mji wa Samaria** na kuufanya kuwa mji mkuu wake (1 Wafalme 16:24).

Baada ya Dola ya **Ashuru kushinda Ufalme wa Israeli mnamo 722 KK**, wakaazi wa Samaria walichanganyika na watu wa mataifa mengine waliowekwa huko na Waashuru. Mchanganyiko huu wa Waisraeli wa Kaskazini na wageni ulipelekea kuibuka kwa kundi lililojulikana baadaye kama **Wasamaria**.

● **Musa alikuwepo karibu 1500 KK, lakini Wasamaria hawakutokea hadi zaidi ya miaka 700 baadaye.**

Kwa hivyo, dai la Quran kwamba Musa alihusika na "Samiri" linakosa msingi wa kihistoria kwa sababu **hakukuwa na watu wa Samaria wakati wa Musa**.

---

2. Ushahidi wa Biblia Kuhusu Samaria na Wasamaria

A. Samaria Ilianzishwa na Mfalme Omri

Katika **1 Wafalme 16:24**, tunasoma:
"Akanunua mlima wa Samaria kwa Shemeri kwa talanta mbili za fedha, akajenga mji juu ya huo mlima, akauita mji huo Samaria, kwa jina la Shemeri, mwenye mlima huo alivyokuwa akiitwa."

Hii inaonyesha kuwa mji wa **Samaria haukuwepo kabla ya karne ya 9 KK**, na hivyo, hauwezi kuwa sehemu ya simulizi za Musa ambazo zinatokea zaidi ya miaka 500 kabla ya uanzishwaji wa Samaria.

B. Wasamaria Waliibuka Baada ya Uvamizi wa Waashuru

Katika **2 Wafalme 17:24**, Biblia inaeleza jinsi watu wa mataifa mengine waliletwa Samaria na Waashuru baada ya kuharibiwa kwa Israeli Kaskazini mnamo 722 KK:

"Kisha mfalme wa Ashuru akaleta watu kutoka Babeli, na kutoka Kutha, na kutoka Ava, na kutoka Hamathi, na kutoka Sefarvaimu, akawaweka katika miji ya Samaria badala ya wana wa Israeli; nao wakaimiliki Samaria, wakakaa katika miji yake."

Hii inaonyesha kuwa **Wasamaria kama kundi la watu wa kidini na kitamaduni walitokea baada ya uhamisho wa Israeli Kaskazini na si kabla ya hapo**.

● **Hili linamaanisha kuwa wakati wa Musa, Samaria haikuwepo, na hivyo hakuna uwezekano wa kuwepo kwa "Samiri" ambaye Quran inamtaja.**

---

3. Quran na Mhusika wa "Samiri"

Katika **Quran 20:85**, 20:87, na 20:95**, tunasoma kwamba "Samiri" ndiye aliyepotosha Wana wa Israeli kwa kuwatengenezea **ndama wa dhahabu** ili waabudu:

"(Mungu) akasema: 'Tumewajaribu watu wako baada yako na Samiri amewapotosha.'" (Quran 20:85)
"Wakasema, 'Hatukupuuza ahadi yetu kwako kwa hiari yetu, bali tulibeba mzigo wa mapambo ya watu hao, tukayatupa (ndani ya moto), na Samiri pia alifanya hivyo.'" (Quran 20:87)

"(Musa) akasema, 'Kwa hivyo, ni nini kilichokusukuma, Ee Samiri?'" (Quran 20:95)

Katika aya hizi, **Samiri anatajwa kwa matumizi ya dhahiri ya "Al-Sāmiriyyu" (ٱلسَّامِرِىُّ), likiwa na makala ya dhati "Al-"**, jambo linaloonyesha kuwa ni jina la kikabila badala ya jina la mtu binafsi.

Kwa kuwa **Wasamaria hawakuwepo wakati wa Musa**, jina hili linapingana na historia.

---

4. Je, Quran Ilikosea Kutafsiri Historia?

A. Uwezekano wa Kuchanganya Hadithi za Ndama wa Dhahabu

Katika Biblia, tunasoma kuhusu **ndama wa dhahabu** aliyeundwa na **Haruni** wakati Musa alipokuwa mlimani kupokea Amri Kumi:

"Haruni akajibu, 'Vunjeni pete za dhahabu zilizomo masikioni mwa wake zenu, na wana wenu, na binti zenu, mkaniletee.' Watu wote wakavua pete za dhahabu walizokuwa nazo masikioni mwao, wakamletea Haruni. Akazipokea kutoka mikononi mwao, akazitengeneza kwa chombo cha kuchonga, akafanya ndama ya kuyeyushwa." (Kutoka 32:2-4)

Katika **1 Wafalme 12:25-29**, tunasoma kuwa **Yeroboamu wa Israeli Kaskazini alitengeneza ndama wa dhahabu wawili** ili watu wa Israeli wasiende Yerusalemu kuabudu:

"Kwa hiyo, mfalme akafanya ndama wawili wa dhahabu, akawaambia watu, 'Ninyi mmesafiri sana kwenda Yerusalemu! Tazama, hizi ndizo miungu yenu, Israeli, iliyowatoa kutoka Misri.'" (1 Wafalme 12:28)

Inawezekana kwamba **Quran ilichanganya masimulizi haya mawili tofauti** na kumtaja **"Samiri" badala ya Haruni**, au kuunganisha hadithi ya Yeroboamu na Musa kwa makosa ya kihistoria.

B. Je, Quran Ilikuwa Ikimzungumzia Zimri, Mwana wa Salu?

Baadhi ya wasomi wa Kiislamu wanadai kuwa **Quran inaweza kuwa inamzungumzia mtu mwingine aitwaye Zimri, mwana wa Salu (Hesabu 25:14)**. Hata hivyo:

- **Jina "Samiri" linarejelea kikundi cha watu, si mtu mmoja**
- **Hakuna mahali popote katika Biblia ambapo Zimri anahusiana na ndama wa dhahabu**
- **Zimri alikuwa Mwisraeli aliyeuawa kwa uzinzi, na si mchonga sanamu**

Kwa hivyo, dhana kwamba "Samiri" ni Zimri haina msingi wa Biblia wala historia.

---

5. Makosa ya Kihistoria Katika Quran Kuhusu Wasamaria

✅ **Wasamaria hawakuwepo hadi baada ya 722 KK, zaidi ya miaka 700 baada ya Musa**
✅ **Samaria haikuwepo wakati wa Musa, maana haikuanzishwa hadi karne ya 9 KK**
✅ **Quran inatumia jina la kikundi cha watu wa baadaye katika hadithi za Musa, jambo linaloonyesha anachronism**
✅ **Uwezekano mkubwa ni kuwa Quran ilichanganya hadithi za ndama wa dhahabu wa Haruni na Yeroboamu**
✅ **Hakuna uhusiano kati ya "Samiri" wa Quran na Zimri wa Biblia**

Kwa hivyo, **madai ya Quran kuwa Musa alihusika na mtu aitwaye Samiri hayana msingi wa kihistoria au wa Biblia**. Hili linaonyesha kuwa Quran inatoa simulizi zinazokiuka historia halisi, na kwa mara nyingine inathibitisha **makosa ya kihistoria** katika masimulizi yake kuhusu Waisraeli wa kale.

Kosa la Kihistoria la "Samiri" Katika Quran: Ulinganisho wa Biblia na Ushahidi wa Kitaaluma

Quran inamtaja **"Samiri" (As-Sāmiriyyu - ٱلسَّامِرِيّ)** kama mtu aliyepotosha Wana wa Israeli kwa kutengeneza **ndama wa dhahabu** wakati wa Musa. Hata hivyo, **Wasamaria (Samaritans) hawakuwepo hadi zaidi ya miaka 700 baada ya Musa**, jambo linaloonyesha **anachronism (yaani, kuweka kitu katika kipindi kisicho sahihi cha historia)**.

Katika uchunguzi huu, tutaangalia **maoni ya waelezaji wa Biblia (Biblical Expositors), tafsiri za Strong's Concordance, na ushahidi wa kihistoria** ili kuthibitisha kuwa Quran ilifanya kosa la kihistoria na kiteolojia.

---

1. Ushahidi wa Biblia Kuhusu Wasamaria na Samaria

Katika Biblia, **Wasamaria walitokana na mchanganyiko wa Waisraeli wa Kaskazini na wageni waliowekwa katika eneo la Samaria baada ya uvamizi wa Waashuru mnamo 722 KK**.

A. Samaria Ilianzishwa na Mfalme Omri (Karne ya 9 KK)

Katika **1 Wafalme 16:24**, tunasoma:

"Akanunua mlima wa Samaria kwa Shemeri kwa talanta mbili za fedha, akajenga mji juu ya huo mlima, akauita mji huo Samaria, kwa jina la Shemeri, mwenye mlima huo alivyokuwa akiitwa."

- **Hii inaonyesha kuwa Samaria haikuwepo kabla ya karne ya 9 KK, na hivyo haikuweza kuwa sehemu ya simulizi za Musa (1500 KK).**

B. Wasamaria Walitokea Baada ya 722 KK

Katika **2 Wafalme 17:24**, Biblia inaeleza jinsi watu wa mataifa mengine waliletwa Samaria baada ya uhamisho wa Israeli Kaskazini:

"Kisha mfalme wa Ashuru akaleta watu kutoka Babeli, na kutoka Kutha, na kutoka Ava, na kutoka Hamathi, na kutoka Sefarvaimu, akawaweka katika miji ya Samaria badala ya wana wa Israeli; nao wakaimiliki Samaria, wakakaa katika miji yake."

- **Hii inaonyesha kuwa Wasamaria hawakuwepo kabla ya uhamisho huu, na walitokana na mchanganyiko wa watu wa mataifa tofauti.**

Kwa hivyo, **hakukuwa na mtu anayeitwa "Samiri" katika wakati wa Musa kwa sababu Wasamaria wenyewe hawakuwepo bado**.

---

2. Quran na Mhusika wa "Samiri"

Katika **Quran 20:85-95**, Samiri anatajwa kama mtu aliyepotosha Waisraeli kwa kuwachongea ndama wa dhahabu:
"(Mungu) akasema: 'Tumewajaribu watu wako baada yako na Samiri amewapotosha.'" (Quran 20:85)

"(Musa) akasema, 'Kwa hivyo, ni nini kilichokusukuma, Ee Samiri?'" (Quran 20:95)

Katika aya hizi, **Samiri anatajwa kama jina la kikabila badala ya jina la mtu binafsi, jambo linalopingana na historia** kwa sababu **hakukuwa na kundi la Wasamaria wakati wa Musa**.

---

3. Uwezekano wa Quran Kuchanganya Hadithi Mbili za Biblia

A. Hadithi ya Ndama wa Dhahabu Katika Biblia

Katika **Kutoka 32:1-4**, tunasoma kuwa **Haruni** ndiye aliyewachongea Wana wa Israeli ndama wa dhahabu:

"Watu walimwambia Haruni, 'Tufanyie mungu atakayetutangulia, kwa maana Musa amepotea.' Haruni akawajibu, 'Vunjeni pete za dhahabu zilizomo masikioni mwa wake zenu, wana wenu, na binti zenu, mkaniletee.' Watu wote wakavua pete za dhahabu walizokuwa nazo masikioni mwao, wakamletea Haruni. Akazipokea kutoka mikononi mwao, akazitengeneza kwa chombo cha kuchonga, akafanya ndama ya kuyeyushwa."

● **Biblia inaeleza wazi kuwa Haruni ndiye aliyewachongea ndama wa dhahabu, si mtu aitwaye "Samiri."**

B. Ndama wa Dhahabu wa Yeroboamu

Katika **1 Wafalme 12:28-29**, **Mfalme Yeroboamu** wa Israeli Kaskazini alitengeneza ndama wawili wa dhahabu:

"Kwa hiyo, mfalme akafanya ndama wawili wa dhahabu, akawaambia watu, 'Ninyi mmesafiri sana kwenda Yerusalemu! Tazama, hizi ndizo miungu yenu, Israeli, iliyowatoa kutoka Misri.'"

Inawezekana kwamba **Quran ilichanganya hadithi ya ndama wa dhahabu wa Haruni na Yeroboamu na kuihusisha na jina lisilojulikana la 'Samiri'**.

4. Tafsiri za Wataalamu wa Biblia Kuhusu Wasamaria

A. Matthew Henry Commentary

- Matthew Henry anabainisha kuwa **Samaria haikuwepo wakati wa Musa**, na Wasamaria walitokea **baada ya kuanguka kwa Ufalme wa Israeli Kaskazini mnamo 722 KK**.
- Hii inaonyesha kuwa "Samiri" wa Quran hawezi kuwa mtu halisi wa wakati wa Musa.

B. John Gill's Exposition of the Bible

- John Gill anaeleza kuwa **Wasamaria walikuwa jamii iliyojitenga baada ya uhamisho wa Waashuru**, na si wakati wa Musa.
- Hii inaashiria kuwa **Quran inamtaja mtu ambaye hakuwepo wakati wa historia ya Musa.**

---

5. Strong's Concordance na Uchambuzi wa Majina

Katika Biblia, hakuna jina **"Samiri"** lililotumika kwa mtu yeyote katika wakati wa Musa.

- **"Samaria" (שֹׁמְרוֹן - Strong's H8111) limetumika kueleza eneo, si mtu.**
- **"Wasamaria" (שֹׁמְרֹנִים - Strong's H8118) linatokana na jina la mji wa Samaria na lilianza kutumika baada ya karne ya 8 KK.**

Kwa hivyo, **hakuna neno la Kiebrania linaloweza kutafsiriwa kuwa "Samiri" linapatikana katika maandiko ya Musa au wakati** wake.

---

6. Hitimisho: Kosa la Kihistoria la Quran Kuhusu Wasamaria

Kutokana na:

☑ **Historia inaonyesha kuwa Wasamaria hawakuwepo hadi baada ya 722 KK**

☑ **Samaria haikuanzishwa hadi karne ya 9 KK na Mfalme Omri**

☑ **Quran inamtaja mtu kwa jina la kikabila lililoanza kutumika miaka 700 baada ya Musa**

☑ **Biblia inasema kuwa Haruni, si mtu aitwaye "Samiri," ndiye aliyewatengenezea Waisraeli ndama wa dhahabu**

☑ **Uchunguzi wa Strong's Concordance unaonyesha kuwa jina "Samiri" halipo katika maandiko ya Musa**

● **Hii inaonyesha kuwa Quran imefanya kosa la kihistoria kwa kutaja mtu asiyeweza kuwepo wakati wa Musa**.

Kwa hivyo, dai la Quran kwamba Musa alihusika na mtu aitwaye "Samiri" **halina msingi wa kihistoria wala wa kibiblia**. Hili ni moja ya makosa makubwa ya kihistoria ndani ya Quran, linaloonyesha kuwa hadithi zake si sahihi kihistoria na huenda zilichanganya masimulizi kutoka vyanzo tofauti.

SURA YA 09

Farao Mmoja katika Quran: Kosa la Kihistoria Kuhusu Wafalme wa Misri

Katika historia ya Misri ya kale, **kulikuwa na mfululizo wa wafalme wengi waliotawala katika nasaba tofauti, wakijulikana kama "Farao"**. Hata hivyo, **Quran inamtaja "Firauni" (فرعون) kwa umoja (singular), kana kwamba kulikuwa na Farao mmoja tu**, badala ya kueleza kwamba **Misri ilikuwa na mfululizo wa wafalme tofauti kwa karne nyingi**.

Katika uchunguzi huu, tutaangalia **ushahidi wa kihistoria, Biblia, tafsiri za watafsiri wa maandiko matakatifu, na Strong's Concordance** ili kuthibitisha kuwa **Quran haikuelewa historia halisi ya Wafalme wa Misri**.

1. Historia ya Farao wa Misri

Katika historia ya Misri, neno **"Farao"** (**Pharaoh**) lilitumiwa kueleza **kila mfalme aliyekuwa mtawala wa Misri kuanzia Nasaba ya 18 (karibu 1550 KK) hadi kuanguka kwa Misri ya kale**.

A. Mifano ya Farao Tofauti Katika Historia

1. **Farao wa Wakati wa Yusufu (Karibu 1900 KK - 1700 KK)**
    - Katika kipindi hiki, Misri ilikuwa chini ya utawala wa **Nasaba ya 12 au ya Hyksos (Nasaba ya 15)**.
    - **Jina la Farao halikutajwa katika maandiko ya Kiyahudi, lakini ni dhahiri kwamba hakukuwa na Farao mmoja tu katika historia hii.**
2. **Farao wa Wakati wa Musa (Karibu 1500 KK - 1200 KK)**
    - Kuna uwezekano kwamba Farao wa wakati wa Musa alikuwa mmoja wa wafalme wa **Nasaba ya 18 au 19**.
    - Baadhi ya watafiti wanadai kwamba alikuwa **Rameses II**, ingawa hakuna uthibitisho wa moja kwa moja wa jambo hili.
3. **Farao Wengine Baada ya Musa**
    - Baada ya Musa, Misri iliendelea kuwa na **wafalme wengine wengi**, ikiwemo **Shoshenq I**, ambaye anatajwa katika **1 Wafalme 14:25** kama Shishak, Farao aliyeshambulia Yerusalemu.

🔘 **Hii inaonyesha kuwa historia ya Misri haikuwa na Farao mmoja, bali mfululizo wa wafalme wengi waliotawala kwa vipindi tofauti.**

---

2. Quran Inamtaja "Firauni" Kama Mtu Mmoja Tu

Katika **Quran 10:92**, inasemekana:

"Leo tunakuokoa katika mwili wako, ili uwe ishara kwa wale watakaokuja baada yako. Lakini kwa hakika, wengi wa watu wanapuuza ishara zetu!"

Hii inaonyesha kuwa Quran inaamini kuwa **kulikuwa na Farao mmoja tu ambaye alihusika na Musa na alihifadhiwa mwilini baada ya kuzama baharini**, jambo ambalo **halilingani na historia halisi ya Misri**.

● **Quran haifanyi tofauti kati ya Wafalme wa Misri wa nyakati tofauti, bali inamtaja "Firauni" kana kwamba ni mtu mmoja, jambo ambalo ni kosa la kihistoria.**

---

3. Ulinganisho na Biblia: Jinsi Biblia Inavyoeleza Wafalme wa Misri

Katika Biblia, neno **"Farao"** linatumika mara nyingi kueleza **wafalme tofauti wa Misri katika nyakati tofauti**.

A. Farao wa Wakati wa Yusufu

Katika **Mwanzo 41:14**, Farao anamwita Yusufu kutoka gerezani:

"Ndipo Farao akatuma kumwita Yusufu, wakamleta kwa haraka kutoka gerezani..."

◈ **Hii inaonyesha kuwa Farao wa Yusufu alikuwa mtawala wa kipindi hicho, lakini haelezwi kuwa ndiye Farao pekee aliyekuwepo katika historia.**

B. Farao wa Wakati wa Musa

Katika **Kutoka 5:1-2**, tunasoma kuhusu Farao wa wakati wa Musa:

"Musa na Haruni wakaenda kwa Farao na kusema, 'Hivi ndivyo asemavyo Bwana, Mungu wa Israeli: Acha watu wangu waende ili

waniabudu...' Lakini Farao akasema, 'Mimi simjui Bwana, wala sitawaacha Israeli waende.'"

◈ **Biblia haifanyi Farao huyu kuwa yule yule wa wakati wa Yusufu, bali inaonyesha kuwa ni mtawala wa kipindi chake cha pekee.**

C. Farao Wengine Baada ya Musa

Katika **1 Wafalme 14:25-26**, tunasoma kuhusu **Shishak (Shoshenq I), Farao wa Misri aliyeshambulia Israeli**:

"Ikawa katika mwaka wa tano wa mfalme Rehoboamu, Shishaki, mfalme wa Misri, akakwea juu ya Yerusalemu..."

◈ **Hii inaonyesha kuwa Biblia inatambua kuwa kulikuwa na Wafalme wengi wa Misri waliokuwa na majina tofauti katika nyakati tofauti, kinyume na Quran ambayo inaonekana kumweleza Firauni kama mtu mmoja pekee.**

---

4. Tafsiri za Wataalamu wa Biblia (Biblical Expositors) Kuhusu Farao

A. Matthew Henry Commentary

- Matthew Henry anaeleza kuwa **"Farao" ni jina la kifalme lililotumiwa na Wafalme wa Misri, na haimaanishi mfalme mmoja tu**.
- Hii inaonyesha kuwa **Biblia inakubaliana na historia ya Misri, huku Quran ikionyesha uelewa usio sahihi wa historia ya Wamisri.**

B. John Gill's Exposition of the Bible

- John Gill anabainisha kuwa Farao wa wakati wa Yusufu na Farao wa wakati wa Musa walikuwa watu wawili tofauti, jambo ambalo linaonyesha kuwa **hakuwa mfalme mmoja pekee**.

🔘 **Kwa hivyo, tafsiri za waelezaji wa Biblia zinathibitisha kuwa mfululizo wa Wafalme wa Misri ulikuwa wa muda mrefu na haukuwa wa mtu mmoja pekee.**

---

5. Strong's Concordance na Uchambuzi wa Neno "Farao"

Katika Strong's Concordance, neno **"Farao"** (פַּרְעֹה - **Strong's H6547**) linamaanisha **"mfalme wa Misri"** na si mtu mmoja maalum.

- **Katika Agano la Kale, Farao wa Yusufu (Mwanzo 41) na Farao wa Musa (Kutoka 5) ni watu wawili tofauti, lakini wote wanaitwa kwa jina hili la kifalme.**
- **Hii inathibitisha kuwa "Farao" lilikuwa jina la kifalme na halimaanishi mtu mmoja kama Quran inavyodai.**

---

6. Quran na Makosa ya Kihistoria kuhusu Farao

☑ **Historia inaonyesha kuwa kulikuwa na Wafalme wengi wa Misri kwa nyakati tofauti**

☑ **Biblia inataja Farao tofauti kwa nyakati tofauti, ikilingana na historia**

☑ **Quran inamtaja "Firauni" kwa umoja (singular), jambo linaloonyesha uelewa usio sahihi wa historia ya Misri**

☑ **Neno "Farao" katika Strong's Concordance linamaanisha "mfalme wa Misri" kwa ujumla, si mtu mmoja**

Hii inaonyesha kuwa Quran ilifanya kosa la kihistoria kwa kushindwa kutambua kwamba kulikuwa na Wafalme wengi wa Misri katika historia, badala yake ikimtaja "Firauni" kana kwamba ni mtu mmoja pekee.

Kwa hivyo, **madai ya Quran kuhusu Firauni ni kosa la kihistoria na yanaonyesha kuwa Quran haikuwa na ufahamu sahihi wa historia ya Misri ya kale.**

SURA YA 10

Jina la "Firauni" Katika Quran: Kosa la Kihistoria na Ufafanuzi wa Kitaaluma

Katika simulizi za Musa ndani ya **Quran** na **Biblia**, mtawala wa Misri anaitwa **"Firauni" (Fir'awn - فرعون kwa Kiarabu) au "Pharaoh" kwa Kiingereza**. Hata hivyo, kuna tofauti kubwa kati ya jinsi **Biblia** na **Quran** zinavyotumia neno hili.

- **Biblia hutumia "Farao" kama cheo cha kifalme**, linalotumika kwa wafalme wa Misri kwa vipindi tofauti.
- **Quran, kwa upande mwingine, inatumia "Firauni" kama jina la mtu binafsi badala ya cheo**, jambo ambalo **halilingani na historia ya Misri**.

Katika uchambuzi huu, tutaelezea **ushahidi wa kihistoria, tafsiri za wataalamu wa Biblia (Biblical Expositors), uchambuzi wa lugha kupitia Strong's Concordance, na makosa ya Quran kuhusu** Farao.

---

1. Historia ya Neno "Farao" Katika Misri ya Kale

Katika Misri ya Kale, neno **"Pharaoh" (Parʿo kwa Kiebrania, Pr-ʿ3 kwa Kimisri)** lilimaanisha **"Jumba Kuu"** au **"Nyumba Kuu"**, likirejelea kasri la kifalme la mtawala wa Misri.

A. Jinsi Neno "Farao" Lilivyoanza Kutumiwa Kama Cheo

1. **Nasaba ya 18 (Karibu 1539–1292 KK)**
   - Ndipo neno **"Pharaoh" lilianza kutumiwa kwa mfalme wa Misri, lakini si kama jina binafsi.**
2. **Nasaba ya 22 (Karibu 943–746 KK)**
   - Kufikia wakati huu, neno **"Pharaoh" lilikuwa limekuwa sifa ya heshima kwa mfalme, lakini bado halikuwa jina la mfalme binafsi.**

● **Hakuna Farao yeyote katika historia ya Misri aliyeitwa "Firauni" kama jina binafsi.**

---

2. Tofauti Kati ya Biblia na Quran Kuhusu "Farao"

A. Biblia: "Farao" Kama Cheo cha Kifalme

Katika Biblia, **"Farao" hutumika kama cheo cha kifalme**, na hutumiwa kueleza **wafalme tofauti wa Misri katika nyakati tofauti**.

Katika **Kutoka 5:1-2**, tunasoma:

"Musa na Haruni wakaenda kwa Farao na kusema, 'Hivi ndivyo asemavyo Bwana, Mungu wa Israeli: Acha watu wangu waende ili waniabudu.' Lakini Farao akasema, 'Mimi simjui Bwana, wala sitawaacha Israeli waende.'"

◈ **Biblia haitumii "Farao" kama jina binafsi, bali kama cheo cha kifalme kinachorejelea mfalme wa Misri kwa wakati huo.**

B. Quran: "Firauni" Kama Jina la Mtu Binafsi

Katika **Quran 28:38**, inasemekana:

"Firauni akasema, 'Enyi wakubwa wa baraza! Mimi sijui mungu mwingine zaidi ya mimi kwa ajili yenu. Haman, niwashie moto juu ya udongo, na nijengee mnara nipate kumtazama mungu wa Musa, na kwa hakika mimi namdhani kuwa ni mwongo!'"

◈ **Katika aya hii, "Firauni" anatajwa kama jina la mtu binafsi, bila kuwa na cheo.**

Katika **Quran 43:46**, inasemekana:

"Hakika tuliwatuma Musa pamoja na ishara zetu kwa Firauni na wakuu wake. Akasema, 'Mimi ni mtume wa Mola wa walimwengu wote.'"

◈ **Hapa, "Firauni" anatumiwa bila "Mfalme wa Misri" au cheo kingine, jambo linaloashiria kuwa ni jina la mtu binafsi badala ya cheo.**

C. Ulinganisho na Neno "Mfalme" Katika Quran

Katika tafsiri rasmi za Quran, neno **"Mfalme"** linapotumika, linatumika kwa umoja pamoja na "al-" (the king), lakini **"Firauni" halitumiki na "al-"**, jambo linaloonyesha kwamba Quran inalitumia kama jina la mtu binafsi.

Kwa mfano, katika **Quran 12:43**, inasema:

"Mfalme alisema, 'Nimeona katika ndoto saba za ng'ombe wanene, wakiliwa na saba waliokonda...'"

◈ **Katika aya hii, neno "Mfalme" limetumika na "al-" kama cheo, lakini "Firauni" halina "al-" linapotumika, jambo linaloonyesha kuwa linachukuliwa kama jina binafsi.**

---

3. Ushahidi wa Strong's Concordance Kuhusu Neno "Farao"

Katika **Strong's Concordance**, neno **"Farao"** (**פַּרְעֹה - Strong's H6547**) linamaanisha **"Mfalme wa Misri"**, na hutumika mara kwa mara katika Biblia kueleza **cheo, si jina la mtu binafsi**.

- **Katika Agano la Kale, "Farao" anatajwa kama mtawala wa Misri katika nyakati tofauti, lakini si kama jina binafsi.**
- **Hii inathibitisha kuwa "Farao" ni cheo, na si jina la mtu maalum, kinyume na Quran inavyotumia.**

---

4. Makosa ya Kihistoria Katika Quran Kuhusu "Firauni"

✅ **Historia ya Misri inaonyesha kuwa "Pharaoh" lilikuwa cheo, si jina la mtu binafsi.**
✅ **Biblia inatumia "Farao" kama cheo cha kifalme kwa wafalme tofauti wa Misri.**
✅ **Quran inatumia "Firauni" kama jina la mtu binafsi, jambo ambalo halilingani na historia.**
✅ **Strong's Concordance inathibitisha kuwa "Farao" ni cheo, si jina la mtu.**
✅ **Hakuna ushahidi wowote wa kihistoria wa mtu aliyeitwa "Firauni" kama jina binafsi.**

🔘 **Hii inaonyesha kuwa Quran imefanya kosa la kihistoria kwa kushindwa kuelewa kuwa "Farao" ni cheo cha kifalme na si jina la mtu binafsi.**

---

5. Je, Quran Ilichukua Makosa Haya Kutoka Vyanzo Vya Kabla Yake?

Baadhi ya waandishi wa Kikristo wa zamani, kama **Gregory wa Nyssa (d. 394 BK)**, waliwahi kutumia **"Farao" kama jina la mtu binafsi**, jambo ambalo **halikubaliki kihistoria**.
Katika tafsiri ya **Peshitta ya Kisiria** (karne ya 2 BK), kuna sehemu ambapo **"Farao" linatumika vibaya kama jina binafsi**, mfano **Matendo ya Mitume 7:13**.

◈ **Inawezekana kuwa Muhammad alisikia hadithi hizi kutoka kwa Wakristo wa Kisiria na akazitumia katika Quran bila kujua kuwa ni makosa ya kihistoria.**

---

6. Hitimisho: Quran Imekosea Kutaja "Firauni" Kama Jina Binafsi

📌 Biblia na historia ya Misri zinaonyesha kuwa "Farao" lilikuwa cheo, si jina binafsi.

📌 Quran inatumia "Firauni" kama jina binafsi, jambo ambalo ni kosa la kihistoria.

📌 Strong's Concordance inathibitisha kuwa "Farao" ni cheo cha kifalme, si jina la mtu.

📌 Quran huenda ilichukua makosa haya kutoka kwa Wakristo wa Kisiria waliotangulia Uislamu.

● Hii ni mojawapo ya makosa makubwa ya kihistoria katika Quran, inayoonyesha kuwa mwandishi wake hakuwa na ufahamu sahihi wa historia ya Misri ya Kale.

SURA YA 11

Makaburi ya Miamba ya Wanabathea Katika Al-Hijr: Kosa la Kihistoria Katika Quran Kuhusu Nyumba na Majumba Kabla ya Wakati wa Farao

Katika **Quran**, mojawapo ya kauli zake za mara kwa mara ni juu ya **mataifa yaliyoharibiwa katika historia kwa sababu ya uasi wao kwa manabii wa Mungu**. Watu hawa wanajumuisha **wale wa Nuhu, Lut, jeshi la Firauni, Wamidiani, Watu wa 'Aad, na Thamud**.

Miongoni mwao, **Thamud wanatajwa mara nyingi wakihusiana na uharibifu wao kwa sababu ya kumkataa nabii wao, Salih**. Quran inaeleza kuwa **waliishi katika majumba makubwa na nyumba walizochonga kwenye milima**, na baadaye wakaangamizwa na tetemeko la ardhi (Quran 7:78) au sauti kubwa ya radi (Quran 54:31).

Hata hivyo, **ushahidi wa kihistoria unaonyesha kuwa simulizi hii ya Quran ina makosa mawili makubwa:**

1. **Nyumba na majumba yaliyotajwa katika Quran si makazi bali ni makaburi yaliyochongwa na Wanabathea kati ya karne ya 2 KK na karne ya 2 BK**—karne nyingi baada ya kipindi cha Farao wa Musa.
2. **Quran inaonyesha kuwa watu wa Thamud waliishi kabla ya Wafarao wa Misri, lakini ushahidi wa kiakiolojia unaonyesha kwamba majengo haya yalijengwa na Wanabathea, si Thamud wa kale.**

Katika uchambuzi huu, tutatumia **ushahidi wa kihistoria, tafsiri za watafsiri wa Biblia na Quran, na uchambuzi wa lugha kupitia Strong's Concordance** ili kueleza **makosa haya ya kihistoria katika Quran**.

---

1. Ushahidi wa Quran Kuhusu Thamud na Al-Hijr

Katika **Quran 7:73-74**, inasemekana:
"Na kwa Thamud tulimtuma ndugu yao, Salih. Akasema, 'Enyi watu wangu! Mwabuduni Allah; hamna mungu ila Yeye. Hakika imekujieni dalili wazi kutoka kwa Mola wenu. Huyu hapa ngamia wa Allah, ameletwa kwenu kuwa ni ishara. Basi muacheni ale katika ardhi ya Allah, wala msimdhuru kwa madhara yoyote, isije ikawapata adhabu chungu. Na kumbukeni mlipofanywa wa mrithi baada ya 'Aad na mkawekwa katika nchi, [na] mnajijengea majumba katika nyanda zake na mnachonga kutoka milimani nyumba zenu. Basi kumbukeni neema za Allah, wala msifanye ufisadi katika nchi kwa ufisadi." (Quran 7:73-74)

Katika aya hii, **Quran inadai kuwa watu wa Thamud walijijengea majumba kwenye nyanda na kuchonga nyumba zao kutoka milimani**, wakidhaniwa kuishi kabla ya enzi za Farao wa Musa.

Katika **Quran 15:80-83**, Thamud wanatajwa kwa jina la "**Masahaba wa Al-Hijr**":

"Na kwa hakika Masahaba wa Al-Hijr waliwakadhibisha Mitume. Na tuliwapa Ishara zetu, lakini walikuwa wakizigeuzia migongo. Na walikuwa wakichonga majumba yao katika milima, wakijiona salama. Lakini sauti kubwa ikawakumba asubuhi na mapema."

Katika aya hizi, **Thamud wanahusianishwa moja kwa moja na eneo la Al-Hijr (leo inajulikana kama Mada'in Salih, Saudi Arabia), na inadaiwa kuwa walijenga majumba yao katika miamba na hatimaye wakaangamizwa.**

Hata hivyo, **ushahidi wa kihistoria unaonyesha kwamba majengo haya si makazi, bali ni makaburi yaliyochongwa na Wanabathea karne nyingi baada ya Thamud wa kale.**

---

2. Ushahidi wa Kihistoria Kuhusu Al-Hijr na Wanabathea

A. Wanabathea: Wajenzi wa Al-Hijr

- Wanabathea walikuwa **watu wa Kiarabu waliostawi kati ya karne ya 2 KK na karne ya 2 BK.**
- **Mji mkuu wao ulikuwa Petra, Jordan, lakini walijenga pia mji wa Al-Hijr kama sehemu yao ya kifalme.**
- Walikuwa **waajiriwa wa Warumi na wa biashara ya kuvusha bidhaa kutoka Arabuni kwenda Ulaya.**

● **Majengo yaliyochongwa katika miamba ya Al-Hijr si majumba wala makazi, bali ni makaburi yaliyochongwa na Wanabathea** kati ya **karne ya 2 KK hadi karne ya 2 BK**, sio kabla ya wakati wa Farao wa Musa.

B. Ushahidi wa Kiakiolojia: Makaburi ya Al-Hijr

- **Zaidi ya makaburi 100 yamepatikana katika Al-Hijr**, yote yakiwa na **maandishi ya Kibathean (Nabatean).**
- Maandishi haya yanaonyesha kuwa majengo haya **yalikuwa ni sehemu za maziko, si makazi ya watu wa Thamud.**
- **Mji halisi wa Al-Hijr, ambako watu waliishi, ulikuwa na nyumba zilizojengwa kwa matofali na mawe, lakini si katika miamba iliyochongwa.**

● **Hii inaonyesha kuwa simulizi ya Quran kuhusu Thamud haifanani na historia halisi ya Wanabathea, na majumba yaliyotajwa hayakuwa makazi bali ni makaburi.**

---

3. Quran Inaweka Thamud Kabla ya Farao wa Musa, Kinyume na Historia

Katika **Quran 40:28-37**, mtu wa familia ya Firauni anawatahadharisha Wamisri kuhusu uharibifu wa zamani, akiwataja watu wa Nuhu, 'Aad, na Thamud kama waliokwishapita kabla:
"Na mtu mmoja aliyekuwa muumini kutoka kwa watu wa Firauni ambaye alikuwa akificha imani yake alisema: 'Enyi watu wangu! Hakika mimi nawahofia yale yaliyowakumba makundi ya zamani - Kama ilivyokuwa desturi ya watu wa Nuhu, na wa 'Aad, na wa Thamud, na wale waliokuwa baada yao. Na Allah hataki dhuluma kwa waja wake.'" (Quran 40:28-37)

● **Hii inaonyesha kuwa Quran inadai kuwa Thamud walikuwepo kabla ya Wafarao wa Misri, lakini historia inaonyesha kwamba majumba yao yalijengwa na Wanabathea karne nyingi baada ya Musa.**

---

4. Makosa Makuu ya Kihistoria Katika Quran Kuhusu Thamud na Al-Hijr

✅ Makaburi ya Al-Hijr yalichongwa na Wanabathea kati ya karne ya 2 KK na karne ya 2 BK, si kabla ya wakati wa Farao.
✅ Quran inadai kuwa majumba ya Al-Hijr yalikuwa makazi ya watu wa Thamud, lakini historia inaonyesha kuwa ni makaburi.
✅ Quran inawaweka Thamud kabla ya Wafarao wa Misri, lakini ushahidi wa kihistoria unaonyesha kuwa Al-Hijr ilijengwa karne nyingi baada ya Musa.
✅ Maandishi ya Kibathean yaliyopatikana Al-Hijr yanaonyesha kwamba eneo hilo lilitumiwa na Wanabathea, si watu wa Thamud wa kale.

🔘 Hii inaonyesha kuwa Quran ilifanya kosa kubwa la kihistoria kwa kudhani kuwa majengo ya Wanabathea yalikuwa makazi ya Thamud na kwamba watu hawa waliishi kabla ya enzi za Farao wa Musa.

---

5. Hitimisho: Quran Imefanya Makosa Ya Kihistoria Kuhusu Thamud na Al-Hijr

📌 Historia ya kweli inaonyesha kuwa majumba yaliyochongwa katika Al-Hijr yalikuwa makaburi ya Wanabathea, si makazi ya watu wa Thamud.
📌 Quran inawaweka Thamud kabla ya Wafarao wa Misri, lakini historia inaonyesha kwamba majengo yao yalijengwa karne nyingi baada ya Musa.
📌 Quran imekosea kudhani kwamba majumba haya yalikuwa makazi, wakati historia inaonyesha kuwa yalikuwa makaburi ya kifalme.

Hili ni mojawapo ya makosa makubwa ya kihistoria katika Quran, inayoonyesha kuwa simulizi zake hazina uthibitisho wa kihistoria au wa kiakiolojia.

Ushahidi wa Kiakiolojia na Kihistoria Kuhusu Al-Hijr na Thamud, na Ushahidi wa Kimaandiko kutoka Biblia

Kwa kuzingatia uchambuzi wa awali, imeonekana kuwa **Quran inatoa madai yasiyo sahihi kuhusu historia ya watu wa Thamud na eneo la Al-Hijr**, likihusisha **majengo ya Wanabathea na watu waliokuwepo kabla ya enzi za Farao wa Musa**. Katika sehemu hii, tutaendelea **kuchunguza ushahidi wa kiakiolojia unaothibitisha makosa haya, pamoja na ushahidi wa Biblia unaofafanua historia ya kweli ya makazi ya watu wa kale wa Mashariki ya Kati**.

---

1. Ushahidi wa Kiakiolojia Kuhusu Al-Hijr, Thamud, na Wanabathea

A. Maandiko ya Kibathean Yanayothibitisha Kwamba Al-Hijr Lilikuwa Eneo la Wanabathea, Si Thamud

Uchunguzi wa maandiko ya kale yaliyochongwa kwenye miamba ya **Al-Hijr (Mada'in Salih)** umebaini kwamba:

- Maandishi yaliyochongwa katika miamba yanaandikwa kwa **lugha ya Wanabathea**, si kwa maandiko yoyote yanayohusiana na watu wa Thamud wa kale.
- Maandishi haya yanahusisha **majina ya kifalme ya Wanabathea** waliotawala kuanzia **karne ya 2 KK hadi karne ya 2 BK**, ambayo ni zaidi ya miaka 1000 baada ya wakati wa Musa.

- **Maandishi haya hayataji popote mtu aitwaye Salih** au nabii anayefanana naye, tofauti na madai ya Quran.

● **Hii inathibitisha kwamba majengo haya yalikuwa sehemu za maziko za Wanabathea na si majumba ya watu wa Thamud wa kale, kama Quran inavyodai.**

B. Uchunguzi wa Makaburi ya Al-Hijr

- **Makaburi Zaidi ya 100 Yamepatikana**
  - Makaburi haya yanaingiliana na desturi za maziko za Wanabathea, zikiwa na **milango mikubwa, mapambo ya kisanii, na maandiko yanayowakumbuka marehemu**.
  - Hakuna ushahidi wowote unaoonyesha kwamba makaburi haya yalitumiwa kama makazi ya watu hai, tofauti na madai ya Quran.
- **Makaburi Yanafanana na Petra, Mji Mkuu wa Wanabathea**
  - **Petra, Jordan**, ilikuwa **mji mkuu wa Wanabathea** na ina majengo mengi yaliyochongwa kwenye miamba, sawa na yale ya Al-Hijr.
  - **Petra ilijengwa wakati ule ule wa Al-Hijr, ikithibitisha kuwa haya yalikuwa makaburi ya Wanabathea, si makazi ya watu wa Thamud.**

● **Uchunguzi wa kiakiolojia haujaonyesha ushahidi wowote wa majumba au nyumba zilizochongwa kwenye miamba kwa ajili ya kuishi, jambo ambalo linapingana moja kwa moja na Quran.**

C. Ushahidi wa Ramani ya Kihistoria: Hakuna Ushahidi wa Thamud katika Al-Hijr Kabla ya Wanabathea

- **Hakuna ramani yoyote ya kihistoria au kiakiolojia inayoonyesha kwamba watu wa Thamud waliishi Al-Hijr kabla ya enzi za Musa.**
- **Uchunguzi wa udongo na mabaki ya watu waliokufa umeonyesha kuwa Al-Hijr ilitumika kama eneo la maziko na biashara kati ya karne ya 2 KK hadi 2 BK, na si kabla ya hapo.**

🔘 **Hii inathibitisha kuwa Quran imehamisha hadithi ya kale kwenda kwenye muktadha usio wa kihistoria, jambo linaloashiria makosa makubwa ya kiakiolojia.**

---

2. Ushahidi wa Biblia Kuhusu Thamud na Mataifa ya Kihistoria

Biblia inataja mataifa mbalimbali yaliyokuwa karibu na Israeli, ikiwa ni pamoja na watu wa **Midiani, Waedomu, Waamori, na Wafilisti**. Hata hivyo, **hakuna mahali popote ambapo Biblia inataja watu wa Thamud au eneo la Al-Hijr kuwa na makazi yaliyotajwa kwenye Quran**.

A. Mataifa ya Kati ya Mashariki Katika Biblia

1. **Wamidiani**
   - Biblia inawataja Wamidiani kama jamii ya wafugaji waliokuwa katika eneo la **kati ya Misri na Israeli** (Kutoka 2:15-22).
   - Hawakujenga majumba kwenye miamba kama Quran inavyodai kuhusu Thamud.

2. **Waedomu**
    - Waliishi katika eneo la **Petra, Jordan**, karibu na Wanabathea.
    - Wanabathea walichukua Petra baadaye, lakini hakukuwa na uhusiano wa moja kwa moja na Thamud wa kale.
3. **Wafilisti**
    - Waliishi katika pwani ya Bahari ya Kati, lakini hawakuhusiana na majumba yaliyokatwa kwenye miamba.

🔘 **Hakuna taifa lililotajwa katika Biblia ambalo lilijenga makazi yaliyokatwa kwenye miamba, tofauti na madai ya Quran kuhusu Thamud.**

B. Uchambuzi wa Strong's Concordance: Hakuna Kutajwa kwa Thamud Kama Watu Waliojenga Majumba

Katika Strong's Concordance:

- **Hakuna neno katika Biblia linalotafsiriwa kama "Thamud" linahusishwa na majengo au makazi kwenye miamba.**
- **Neno "mji" katika Biblia linarejelea makazi ya kawaida ya mawe na matofali, si majumba yaliyochongwa kwenye milima kama Quran inavyodai.**

🔘 **Hii inaonyesha kuwa simulizi ya Quran haimo katika historia ya Kiebrania na ina upungufu wa ushahidi wa kimaandiko.**

---

3. Quran Imefanya Makosa Makubwa ya Kihistoria na Kiakiolojia Kuhusu Thamud

📌 Ushahidi wa kiakiolojia unaonyesha kuwa Al-Hijr ilikuwa makaburi ya Wanabathea, si majumba ya watu wa Thamud.
📌 Ramani za kihistoria hazionyeshi Thamud waliishi Al-Hijr kabla ya enzi za Farao wa Musa.
📌 Maandishi ya Kibathean yanaonyesha kuwa makaburi haya yaliandikwa kwa Kibathean, si kwa maandiko yoyote yanayohusiana na watu wa Thamud.
📌 Biblia haitaji popote watu wa Thamud kama jamii iliyoishi kwenye milima, tofauti na madai ya Quran.
● Kwa hivyo, Quran imefanya makosa yafuatayo:

1. Kuchanganya Al-Hijr na Thamud, bila ushahidi wa kihistoria au kiakiolojia.
2. Kudai kuwa watu wa Thamud waliishi kabla ya Wafarao wa Musa, ingawa ushahidi unaonyesha Al-Hijr ilijengwa baada ya wakati wa Musa.
3. Kudhani kuwa majengo yaliyochongwa kwenye miamba yalikuwa makazi, wakati yalikuwa makaburi ya Wanabathea.

⚠ Hii inathibitisha kuwa Quran inatoa taarifa ambazo haziwezi kuthibitishwa kihistoria au kiakiolojia.

Mwisho: Quran Imekosea Kuhusu Historia ya Thamud na Al-Hijr

📌 Uchunguzi wa kiakiolojia unathibitisha kuwa Al-Hijr ilikuwa sehemu ya maziko ya Wanabathea, si mji wa watu wa Thamud.
📌 Biblia haitaji Thamud kama watu waliokuwa na makazi yaliyokatwa kwenye miamba.
📌 Makosa haya yanaonyesha kuwa Quran ilichanganya historia, ikihamisha hadithi za baadaye kwenda enzi zisizo sahihi.

● **Hii ni moja ya makosa makubwa ya kihistoria katika Quran, ikithibitisha kuwa chanzo chake hakikujua historia halisi ya Mashariki ya Kati.**

SURA YA 12

Sarafu Inayohesabika Katika Misri ya Kale: Kosa la Kihistoria Katika Quran

Katika **Quran 12:20**, inasimuliwa kuwa msafara wa wafanyabiashara ulimchukua **Yusufu** kutoka kisimani na kumuuza Misri kwa bei ndogo, iliyotajwa kuwa **"dirham chache"** (*darāhima maʿdūdatin*). Hata hivyo, kuna **makosa mawili makubwa ya kihistoria katika kauli hii ya Quran**:

1. **Dirham hazikuwepo katika Misri ya Kale** – Sarafu za dirham zilianza kutumika **karne nyingi baadaye** katika Uislamu, wakati wa dola ya Kiislamu, na si katika kipindi cha Yusufu cha Misri ya Kale.
2. **Hakukuwa na mfumo wa sarafu inayohesabika Misri ya Kale** – Uchumi wa Misri wakati wa Yusufu ulitumia **mfumo wa uzani wa metali (mfano: denben) kwa thamani, lakini si sarafu zinazohesabika kama Quran inavyosema**.

Katika sehemu hii, tutachambua **ushahidi wa kihistoria wa mfumo wa biashara wa Misri ya Kale, matumizi ya uzani wa thamani, na jinsi Quran ilivyofanya kosa la kihistoria kwa kudai kwamba Yusufu aliuziwa kwa sarafu inayohesabika.**

---

1. Ushahidi wa Kihistoria: Hakukuwa na Sarafu Katika Misri ya Kale

A. Mfumo wa Biashara Katika Misri ya Kale

Katika kipindi cha **Karne ya 19 KK hadi 17 KK**, ambapo inakadiriwa Yusufu aliishi:

- Hakukuwa na sarafu za fedha wala dhahabu.
- Biashara ilifanyika kwa **kubadilishana bidhaa (barter system)** badala ya sarafu.
- Thamani ya vitu ilipimwa kwa **uzito wa metali (hasa dhahabu na fedha), lakini si kwa sarafu zilizohesabika.**

B. Matumizi ya Uzito wa Metali (Denben) Badala ya Sarafu

Katika Misri ya Kale, thamani ya bidhaa iliwekwa kwa mfumo wa uzani, kwa kutumia vipimo vifuatavyo:

1. **Denben** – Kipimo cha uzani kilichotumika kupima thamani ya dhahabu na fedha.
2. **Kitef** – Kipimo cha uzani kwa vitu kama shaba na mazao.
3. **Debe za nafaka** – Ilitumika kama njia ya kubadilishana bidhaa kwa wale waliokuwa hawana dhahabu au shaba.

● **Hii inaonyesha kuwa Misri ya Kale haikuwa na sarafu, bali ilitumia uzani wa metali kwa thamani, jambo ambalo linapinga moja kwa moja madai ya Quran kwamba Yusufu aliuziwa kwa "dirham chache".**

2. Kosa la Quran: Matumizi ya Neno "Dirham" na Mfumo wa Sarafu

Katika **Quran 12:20**, inasemekana:
"Wakamuza kwa bei ndogo – dirham chache – nao walikuwa miongoni mwa wale waliokuwa na shauku ndogo kwake."
Katika aya hii, **Quran inasema kuwa Yusufu aliuziwa kwa "dirham chache"** (***darāhima maʿdūdatin***), jambo ambalo lina makosa yafuatayo:

A. Dirham Hazikuwepo Katika Misri ya Kale

- **Sarafu za Dirham zilianza kutumika wakati wa Uislamu**, baada ya karne ya 7 BK.
- Kabla ya Uislamu, Dirham zilikuwa **sarafu za fedha zilizotumika na Wafursi wa Dola ya Sassanid** (karibu 224 BK – 651 BK), lakini bado zilikuja baada ya wakati wa Yusufu kwa zaidi ya miaka 1500.
- Hakuna ushahidi wa kiakiolojia unaoonyesha kuwa sarafu za fedha zilikuwepo au zilitumika Misri ya Kale.

● **Kwa hivyo, kusema kuwa Yusufu aliuziwa kwa "dirham chache" ni kosa la kihistoria kwani sarafu hizi hazikuwepo katika Misri ya Kale.**

B. Neno "Maʿdūdatin" Linamaanisha Sarafu Zinazohesabika, Si Uzani wa Metali

Neno **maʿdūdatin (معدودات)** linamaanisha kitu kilichohesabika kwa idadi, si kwa uzito.

- Katika **Quran 2:184**, neno hili limetumika kuelezea idadi ya siku:
    - o *"[Saumu] kwa siku chache zilizohesabiwa..."*

- Katika **Quran 12:20**, limetumika kueleza pesa iliyohesabika:
    - *"Dirham chache zilizohesabiwa..."*

🔘 **Hii inaonyesha kuwa Quran inaeleza kuwa Yusufu aliuziwa kwa sarafu zilizohesabika, jambo ambalo ni kinyume na historia, kwa sababu Misri ya Kale ilitumia uzani wa metali badala ya sarafu zinazohesabika.**

---

3. Ulinganisho wa Biblia: Yusufu Aliuzwa Kwa Fedha ya Uzani, Si Sarafu

Katika **Mwanzo 37:28**, tunasoma:
"Wakapita wafanyabiashara wa Waismaeli waliotoka Gileadi, na ndugu zake wakamtoa Yusufu kisimani, wakamuuza kwa Waishmaeli kwa vipande ishirini vya fedha. Nao wakampeleka Yusufu Misri."
Katika aya hii:

☑ **Biblia inasema kuwa Yusufu aliuziwa kwa "vipande vya fedha", si kwa sarafu zinazohesabika.**
☑ **Katika Kiebrania cha asili, neno lililotumika ni "keseph" (כֶּסֶף), ambalo linamaanisha "fedha kama metali", si sarafu.**
☑ **Hakuna matumizi ya sarafu katika Biblia katika kipindi cha Yusufu, jambo linaloendana na historia halisi ya Misri ya Kale.**

🔘 **Kwa hivyo, Biblia inalingana na ushahidi wa kihistoria kwamba hakukuwa na sarafu wakati wa Yusufu, tofauti na Quran inavyodai.**

---

4. Makosa Makuu ya Kihistoria Katika Quran Kuhusu Sarafu za Misri ya Kale

Hakukuwa na sarafu zinazohesabika katika Misri ya Kale; biashara ilifanywa kwa uzani wa metali.

Dirham zilikuja kutumika karne nyingi baadaye katika Dola ya Kiislamu.

Neno "maʿdūdatin" linamaanisha sarafu zinazohesabika, jambo ambalo halikuwepo katika Misri ya Kale.

Biblia inaeleza kuwa Yusufu aliuziwa kwa vipande vya fedha vya uzani, jambo linaloendana na historia halisi.

Hii inaonyesha kuwa Quran imefanya kosa la kihistoria kwa kusema kuwa Yusufu aliuziwa kwa sarafu za dirham, ambazo hazikuwepo wakati huo.

---

5. Quran Imefanya Kosa Kubwa la Kihistoria Kuhusu Uchumi wa Misri ya Kale

- Hakuna sarafu zinazohesabika zilizokuwepo Misri ya Kale; biashara ilifanywa kwa uzani wa metali.
- Dirham zilikuja kutumika zaidi ya miaka 1500 baada ya wakati wa Yusufu.
- Biblia inalingana na historia kwa kusema kuwa Yusufu aliuziwa kwa fedha za uzani, si sarafu.
- Quran inatumia neno "maʿdūdatin", likimaanisha pesa zinazohesabika, jambo lisilowezekana kihistoria.

Hii ni mojawapo ya makosa makubwa ya kihistoria katika Quran, ikionyesha kuwa mwandishi wake hakujua ukweli wa uchumi wa Misri ya Kale.

Ushahidi wa Kihistoria na Ushahidi wa Kimaandiko wa Biblia Kuhusu Sarafu na Biashara Katika Misri ya Kale

Katika uchambuzi wetu wa awali, tumeona kuwa **Quran imekosea kihistoria kwa kudai kuwa Yusufu aliuziwa kwa "dirham chache" katika Misri ya Kale**, wakati ambapo **sarafu hazikuwepo na biashara ilifanyika kwa uzani wa metali kama dhahabu na fedha**. Katika sehemu hii, tutazidi kuchunguza **ushahidi wa kihistoria kuhusu mifumo ya biashara ya Misri ya Kale** na **ushahidi wa Biblia unaoonyesha jinsi thamani ya vitu ilivyopimwa katika nyakati za kale**.

---

1. Ushahidi wa Kihistoria: Hakuna Sarafu Katika Misri ya Kale

A. Biashara na Malipo Katika Misri ya Kale

Katika Misri ya Kale (karibu **3000 KK – 332 KK**), mfumo wa biashara ulikuwa tofauti sana na ule wa baadaye ambao ulitumia sarafu. Utafiti wa kihistoria unaonyesha kuwa:

1. **Hakukuwa na mfumo wa sarafu hadi Waarabu na Wagiriki walipokuja baadaye**
   - **Hakuna sarafu yoyote iliyogunduliwa kutoka kipindi cha Misri ya Kale**
   - Malipo yalifanywa kwa njia ya **ubadilishaji wa bidhaa (barter trade)**
2. **Thamani ya bidhaa ilipimwa kwa uzito wa metali adimu**
   - **Dhahabu, fedha, na shaba zilitumika kama njia za thamani, lakini si kwa mfumo wa sarafu zinazohesabika.**

- o Kipimo cha thamani kilikuwa **denben (kipimo cha uzito cha dhahabu au fedha).**

3. **Matumizi ya dhahabu na fedha yalidhibitiwa na Farao**
   - o Watu wa kawaida walitumia njia ya kubadilishana bidhaa au kulipa ushuru kwa chakula.
   - o Biashara ya kimataifa ilifanywa kwa dhahabu na fedha, lakini bado haikuwa kwa mfumo wa sarafu.

● **Hii inathibitisha kuwa hakuna uwezekano wa Yusufu kuuzwa kwa "dirham chache", kwa sababu mfumo wa sarafu haukuwepo katika Misri ya Kale.**

B. Hakuna Sarafu Katika Maandishi ya Kihistoria ya Misri ya Kale

- **Hieroglyphs (maandishi ya Wamisri wa kale) hayaonyeshi matumizi ya sarafu.**
- **Hakuna maandiko ya zamani yanayotaja "dirham" au mfumo wowote wa sarafu kabla ya kipindi cha Ugiriki (332 KK).**
- **Mabaki ya Misri ya Kale, yakiwemo nyaraka za biashara na ushuru, yanaonyesha kuwa bidhaa zililipwa kwa mazao, dhahabu, au vitu vya thamani, si sarafu.**

● **Kwa hivyo, ushahidi wa kiakiolojia unathibitisha kuwa mfumo wa biashara wa Misri ya Kale haukuwa na sarafu zinazohesabika, kama Quran inavyodai.**

---

2. Ushahidi wa Biblia: Jinsi Malipo Yalifanywa Katika Nyakati za Kale

Biblia inatoa maelezo sahihi kuhusu jinsi thamani ya vitu ilivyopimwa katika nyakati za kale. Katika kipindi cha Yusufu, mfumo wa biashara ulihusu:

A. Yusufu Aliuzwa kwa Vipande vya Fedha, Si Sarafu

Katika **Mwanzo 37:28**, tunasoma:

"Wakapita wafanyabiashara wa Waismaeli waliotoka Gileadi, na ndugu zake wakamuuza Yusufu kwa Waishmaeli kwa vipande ishirini vya fedha. Nao wakampeleka Yusufu Misri."

Katika aya hii:
✅ **Biblia inasema kuwa Yusufu aliuziwa kwa "vipande vya fedha", si sarafu zinazohesabika.**
✅ **Katika Kiebrania cha asili, neno "keseph" (כֶּסֶף) linamaanisha "fedha kama metali", si sarafu.**
✅ **Hakuna matumizi ya sarafu katika Biblia katika kipindi cha Yusufu, jambo linaloendana na historia halisi ya Misri ya Kale.**

🔘 **Kwa hivyo, Biblia inatoa maelezo sahihi kulingana na historia, tofauti na Quran inavyodai kuhusu "dirham chache".**

B. Thamani Ilipimwa Kwa Uzito wa Fedha Katika Biblia

Katika **Mwanzo 23:16**, tunasoma jinsi Abrahamu alivyonunua shamba kwa kutumia uzani wa fedha:

"Ibrahimu akasikia sauti ya Efroni, naye Ibrahimu akampimia Efroni fedha alizozitaja mbele ya Wahiti, shekeli mia nne za fedha, sawasawa na thamani ya uzani wa biashara."

Katika aya hii:

✅ **Fedha zilipimwa kwa uzani wa shekeli, si kwa sarafu zinazohesabika.**
✅ **Hii inaonyesha kuwa watu wa kale walitumia vipimo vya uzani, si sarafu, wakati wa kununua vitu vya thamani.**

● **Hii inathibitisha kuwa hata Biblia inalingana na historia, kwamba hakukuwa na sarafu zinazohesabika katika nyakati za kale.**

C. Hakuna Sehemu Katika Biblia Ambapo Sarafu Zilitumika Kabla ya Milki ya Kirumi

Katika Agano la Kale, hakuna matumizi ya sarafu hadi baada ya utawala wa Kigiriki na Kirumi. Hii inaonyesha kuwa:

1. **Wakati wa Musa, biashara bado ilihusu kubadilishana bidhaa na kupima thamani kwa uzito wa fedha.**
2. **Sarafu zilianza kutumika baadaye wakati wa Milki ya Kirumi, na ndipo tunaanza kuona matumizi yake katika Agano Jipya.**

● **Kwa hivyo, matumizi ya sarafu katika simulizi ya Yusufu kama inavyodaiwa katika Quran ni kosa la kihistoria.**

---

3. Quran Imefanya Makosa Makubwa ya Kihistoria Kuhusu Sarafu Katika Misri ya Kale

📌 Hakuna ushahidi wa kiakiolojia unaoonyesha kuwa sarafu zilizohesabika zilikuwepo Misri ya Kale.

📌 Mfumo wa biashara wa Misri ya Kale ulitumia uzito wa metali kama dhahabu na fedha, lakini si sarafu.

📌 Dirham zilianza kutumika baada ya kuja kwa Uislamu, karibu miaka 2000 baada ya Yusufu.

📌 Biblia inathibitisha kuwa Yusufu aliuziwa kwa uzito wa fedha, si sarafu.

● Hii inaonyesha kuwa Quran imefanya kosa kubwa la kihistoria kwa kusema kuwa Yusufu aliuziwa kwa "dirham chache", jambo ambalo halikuwa kweli kihistoria.

---

4. Mwisho: Quran Imekosea Kuhusu Mfumo wa Biashara wa Misri ya Kale

📌 Ushahidi wa kiakiolojia unaonyesha kuwa hakukuwa na sarafu zinazohesabika katika Misri ya Kale.

📌 Biblia inathibitisha kuwa malipo yalifanywa kwa uzito wa fedha, si kwa sarafu.📌 Matumizi ya neno "dirham" katika Quran ni kosa la kihistoria kwa sababu sarafu hizo zilikuja karne nyingi baadaye.

Hii ni moja ya makosa makubwa ya kihistoria katika Quran, ikithibitisha kuwa chanzo chake hakikuwa na uelewa sahihi wa historia ya Misri ya Kale.

SURA YA 13

Kutoka kwa Wanaisraeli Katika Misri: Kosa la Kihistoria Katika Quran

Katika **Quran**, hadithi ya Musa na Wanaisraeli inaelezewa kwa undani, ikijumuisha:

- **Mipigo ya Misri (mapigo yaliyompata Firauni na watu wake)**
- **Utumwa wa Wanaisraeli katika Misri**
- **Kutoka kwao kwa muujiza kutoka Misri (Exodus)**

Quran inakwenda mbali zaidi na kudai kuwa **Wanaisraeli walikuwa wafalme (mulūkan)** na walimiliki mali nyingi za thamani (Quran 5:20).

Hata hivyo, **wanahistoria wa kisasa hawana ushahidi wowote wa kihistoria unaounga mkono simulizi hizi kama zilivyoelezwa**

katika Quran. Ingawa baadhi ya nadharia zinajaribu kuelezea historia ya utawala wa Wamisri juu ya Kanaani katika Enzi ya Bronze na Enzi ya Chuma kama chanzo cha hadithi hizi, tafiti za kina zinaonyesha kuwa **hakuna ushahidi wa moja kwa moja wa kutokea kwa tukio la Exodus kama linavyosimuliwa katika maandiko ya Kiyahudi, Kikristo, au Kiislamu**.

Katika sehemu hii, tutaangalia **ushahidi wa kihistoria, ushahidi wa kiakiolojia, na msimamo wa Biblia kuhusu suala hili**, tukionyesha makosa ya kihistoria katika simulizi ya Quran kuhusu Wanaisraeli na kutoka kwao Misri.

---

1. Ushahidi wa Kihistoria: Hakuna Rekodi za Kutoka kwa Wanaisraeli Misri

Licha ya kuwa na **maandiko mengi ya kihistoria kutoka Misri ya Kale**, hakuna ushahidi wowote wa kiakiolojia au wa maandiko wa tukio la **Kutoka kwa Wanaisraeli Misri (Exodus)** kama lilivyoelezwa katika Quran.

A. Hakuna Rekodi ya Waisraeli Kuwa Watumwa Misri

- **Misri ya Kale ilikuwa na mfumo wa kihieroglifu wa uandishi unaohifadhi matukio ya kihistoria kwa kina.**
- **Hakuna maandishi yoyote ya Wamisri yanayothibitisha kuwepo kwa utumwa mkubwa wa Wanaisraeli katika Misri.**
- **Hakuna rekodi yoyote ya Firauni aliyepoteza jeshi lake katika tukio la kufukuzia Wanaisraeli kama inavyosimuliwa katika Quran.**

🔘 **Ikiwa Wanaisraeli walikuwa kundi kubwa la watumwa katika Misri na walitoroka kwa muujiza mkubwa, tungetarajia kuona**

ushahidi wa kiakiolojia au maandiko ya Wamisri yakitaja tukio hili. Lakini hakuna hata moja.

B. Hakuna Ushahidi wa Kutoka kwa Kundi Kubwa la Watu Misri

- **Tafiti za kiakiolojia katika peninsula ya Sinai hazijatoa ushahidi wa kuwepo kwa kundi kubwa la watu waliopita au kuishi kwa muda mrefu kama inavyodaiwa katika simulizi ya Quran.**
- **Hakuna mabaki ya makambi, vyombo vya nyumbani, au vielelezo vingine vya jamii kubwa ya watu waliotembea nyikani kwa miaka 40.**

● **Ikiwa mamia ya maelfu ya watu walihama kutoka Misri, tungetarajia kuona ushahidi wa mabaki yao katika Sinai, lakini hakuna.**

C. Wataalamu wa Historia Wanaeleza Kuibuka kwa Israeli Ndani ya Kanaani

- **Wanaakiolojia wengi sasa wanakubaliana kuwa Wanaisraeli hawakutoka Misri, bali walitokea kati ya jamii za Wakanani waliokuwa wakiishi katika eneo hilo.**
- **Katika Enzi ya Chuma (karibu 1200 KK), jamii ndogo za kilimo zilianza kujitokeza katika maeneo ya vilima vya Kanaani, na hii ndiyo inayoonekana kuwa chanzo cha taifa la Israeli.**
- **Hakuna ushahidi wa ushindi wa kijeshi au uvamizi mkubwa wa Kanaani kama inavyosimuliwa katika maandiko ya kidini.**

Hii inaonyesha kuwa Wanaisraeli hawakutoka Misri, bali walitokea ndani ya Kanaani kama sehemu ya mageuzi ya kijamii, tofauti kabisa na hadithi ya Exodus.**

---

2. Madai ya Quran Kuhusu Ufalme wa Wanaisraeli Kabla ya Kutoka Misri

Katika **Quran 5:20**, inasemekana:
"Na kumbukeni wakati Musa alipowaambia watu wake: 'Enyi watu wangu! Kumbukeni neema ya Mwenyezi Mungu juu yenu, alipowafanya kuwa manabii, na akakufanyeni kuwa wafalme, na akakupa yale ambayo hakuwa amempa yeyote katika walimwengu.'"
Hii inaonyesha kuwa **Quran inadai kuwa Wanaisraeli walikuwa wafalme (mulūkan) na walikuwa na mali nyingi kabla ya kutoka Misri**.

A. Hakuna Ushahidi wa Kihistoria wa Ufalme wa Wanaisraeli Kabla ya Kutoka Misri

- **Hakuna ushahidi wowote wa Wanaisraeli kuwa wafalme au kuwa na mamlaka yoyote ndani ya Misri.**
- **Hakuna rekodi yoyote ya Wamisri inayoonyesha kuwa Wanaisraeli walikuwa na mali kubwa au nafasi ya kifalme.**
- **Katika historia ya kweli, Misri ilikuwa na mfumo wa kifalme ulioendeshwa na Firauni na wasaidizi wake, bila uwepo wa watawala wa Kiebrania.**

Madai ya Quran kwamba Wanaisraeli walikuwa wafalme ndani ya Misri hayana uthibitisho wa kihistoria.

---

3. Ushahidi wa Biblia Kuhusu Kutoka kwa Wanaisraeli

Biblia pia inaelezea hadithi ya Musa na kutoka kwa Wanaisraeli Misri. Hata hivyo, baadhi ya wanahistoria wa Biblia wanapendekeza kuwa **simulizi hizi huenda ni hadithi za kifumbo (mythology) badala ya rekodi ya kihistoria halisi**.

A. Kutoka kwa Wanaisraeli Katika Biblia

Katika **Kutoka 14:21-22**, tunasoma:

"Musa akainua mkono wake juu ya bahari, naye Bwana akaifanya bahari irudi nyuma kwa upepo mkali wa mashariki usiku kucha, akaigeuza bahari kuwa nchi kavu, maji yakagawanyika. Wana wa Israeli wakaenda kati ya bahari katika nchi kavu, nayo maji yalikuwa ukuta kwao mkono wa kuume na mkono wa kushoto."

✅ **Biblia inasimulia tukio la Muujiza wa Bahari ya Shamu, lakini hakuna ushahidi wa kihistoria au wa kiakiolojia kuthibitisha kwamba hili lilitokea kweli.**

B. Kutoka kwa Wanaisraeli Kama Hadithi ya Kifumbo

- **Baadhi ya wasomi wa Biblia wanapendekeza kuwa hadithi ya Kutoka huenda ni simulizi ya kifumbo iliyokusudiwa kueleza utambulisho wa Israeli kama taifa lililokombolewa na Mungu.**
- **Uchambuzi wa kihistoria unaonyesha kuwa Israeli iliibuka kutoka ndani ya Kanaani, badala ya kutoka Misri.**

🔘 **Kwa hivyo, hata ndani ya Biblia, hadithi ya Kutoka inaweza kuwa ni sehemu ya simulizi za kifumbo, na si tukio la kihistoria.**

4. Hitimisho: Quran Imefanya Makosa Makubwa ya Kihistoria Kuhusu Kutoka kwa Wanaisraeli

📌 **Hakuna ushahidi wa kihistoria wa Wanaisraeli kuwa watumwa Misri.**
📌 **Hakuna ushahidi wa kihistoria wa tukio la Kutoka kama linavyosimuliwa katika Quran.**
📌 **Hakuna ushahidi wa Wanaisraeli kuwa na mamlaka au utawala wa kifalme ndani ya Misri.**
📌 **Uchunguzi wa kiakiolojia unaonyesha kuwa Wanaisraeli walitokea ndani ya Kanaani, si kutoka Misri.**
● **Hii ni moja ya makosa makubwa ya kihistoria katika Quran, ikithibitisha kuwa hadithi zake hazina uthibitisho wa kiakiolojia au wa kihistoria.**

Mtazamo wa Biblia Kuhusu Kutoka kwa Wanaisraeli Misri

Biblia inaelezea hadithi ya **Kutoka kwa Wanaisraeli kutoka Misri** kwa undani, lakini kuna **mjadala mkubwa wa kitaalamu kuhusu uhalisia wa kihistoria wa simulizi hili**. Katika sehemu hii, tutachunguza **ushahidi wa kibiblia**, tafsiri za waelezaji wa Biblia, na mitazamo ya kisasa ya kitaalamu kuhusu tukio hili.

1. Kutoka kwa Wanaisraeli Kulingana na Biblia

Kitabu cha **Kutoka (Exodus)** kinatoa simulizi ya kina kuhusu jinsi Wanaisraeli walivyokuwa watumwa katika Misri, mateso yao, na muujiza wa Mungu wa kuwaokoa kwa mkono wa Musa.

Katika **Kutoka 3:7-10**, Mungu anasema:

"Bwana akasema, 'Hakika nimeyaona mateso ya watu wangu walioko Misri, nami nimesikia kilio chao kwa sababu ya wasimamizi wao; maana nayajua maumivu yao. Nami nimeshuka ili niwaokoe na mikono ya Wamisri, niwapandishe kutoka nchi ile, hata nchi njema, yenye nafasi, nchi itiririkayo maziwa na asali... Haya basi, nitakutuma kwa Farao, upate kuwatoa watu wangu Waisraeli katika Misri.'"

Katika aya hii, Biblia inasisitiza mambo yafuatayo:

1. **Wanaisraeli walikuwa watumwa katika Misri.**
2. **Mungu alisikia kilio chao na akamtuma Musa kuwaokoa.**
3. **Musa alitumwa kwa Farao kuongoza kutoka kwa Wanaisraeli.**

● **Simulizi hili linatoa msingi wa imani ya Kiyahudi na Ukristo kuhusu uokovu wa Mungu na nguvu yake juu ya mataifa.**

A. Muujiza wa Bahari ya Shamu

Katika **Kutoka 14:21-22**, Biblia inaelezea jinsi Mungu alivyogawanya Bahari ya Shamu ili Wanaisraeli waweze kupita salama:

"Musa akainua mkono wake juu ya bahari, naye Bwana akaifanya bahari irudi nyuma kwa upepo mkali wa mashariki usiku kucha, akaigeuza bahari kuwa nchi kavu, maji yakagawanyika. Wana wa Israeli wakaenda kati ya bahari katika nchi kavu, nayo maji yalikuwa ukuta kwao mkono wa kuume na mkono wa kushoto."

☑ **Hii ni mojawapo ya hadithi mashuhuri zaidi katika Biblia, inayoonyesha uwezo wa Mungu wa kufanya miujiza kwa ajili ya watu wake.**

B. Mapigo Kumi ya Misri

Katika **Kutoka 7-12**, Biblia inaelezea jinsi Mungu alivyoshusha mapigo kumi kwa Wamisri ili kumlazimisha Farao kuwaachilia Wanaisraeli. Mapigo hayo ni pamoja na:

1. **Maji kuwa damu**
2. **Kujazana vyura**
3. **Mbu wengi**
4. **Nzige na minyoo**
5. **Tauni kwa wanyama**
6. **Majipu na vidonda**
7. **Mafuriko ya mvua na mawe ya moto**
8. **Nzige kuharibu mazao**
9. **Giza kwa siku tatu**
10. **Mauti ya wazaliwa wa kwanza wa Wamisri**

● **Katika simulizi hii, Mungu anatumia mapigo kuonyesha ukuu wake juu ya miungu ya Misri na kumlazimisha Farao kuwaachilia Wanaisraeli.**

C. Safari ya Miaka 40 Kuelekea Nchi ya Ahadi

Baada ya kutoka Misri, Wanaisraeli walipitia **jangwa kwa miaka 40**, wakiongozwa na Musa. Biblia inasema kuwa hii ilikuwa **adabu kutoka kwa Mungu kwa sababu ya kutokuwa na imani**.

Katika **Hesabu 14:33-34**, Mungu anasema:

"Na watoto wenu watatangatanga jangwani muda wa miaka arobaini, na kuvumilia maasi yenu, hata mizoga yenu itakapoanguka katika jangwa. Kama hesabu ya siku mlizozitafuta hiyo nchi, yaani, siku arobaini, mtayachukua maovu yenu mwaka kwa siku, yaani, miaka arobaini, nanyi mtajua kuvunjika kwangu ahadi."

✅ **Hii inaeleza kwa nini safari ya kutoka Misri hadi Kanaani, ambayo ingeweza kuchukua siku chache, ilichukua miaka 40.**

---

2. Je, Hadithi ya Kutoka Ni Tukio Halisi la Kihistoria?

Licha ya kuwa sehemu kuu ya imani ya Kiyahudi na Ukristo, wataalamu wa kisasa wa Biblia na historia wanapinga uhalisia wa tukio la Kutoka.

A. Hakuna Ushahidi wa Kiakiolojia wa Kutoka kwa Wanaisraeli Misri

- **Hakuna rekodi za Misri zinazoonyesha Wanaisraeli kama watumwa wa taifa hilo.**
- **Hakuna ushahidi wa kihistoria unaoonyesha msafara wa watu 600,000 (kama Biblia inavyosema) waliovuka jangwani.**
- **Hakuna mabaki ya makambi, vyombo vya nyumbani, au vielelezo vingine vinavyoonyesha uwepo wa kundi kubwa la watu walioishi Sinai kwa miaka 40.**

🔘 **Hii inafanya watafiti wengi wa kisasa kueleza kuwa simulizi ya Kutoka ni hadithi ya kifumbo badala ya rekodi ya kihistoria.**

B. Ulinganisho wa Maandishi ya Kihistoria

- **Katika maandiko ya Wamisri, hakuna kumbukumbu ya mfululizo wa mapigo kumi dhidi ya taifa la Misri.**
- **Hakuna ushahidi wa kupotea kwa jeshi la Farao baharini.**
- **Watafiti wengi wa kisasa wanaamini kuwa Wanaisraeli walitokea ndani ya Kanaani, badala ya kutoka nje ya nchi.**

🔘 **Hii inaonyesha kuwa hadithi ya Kutoka huenda ni simulizi ya kifumbo iliyokusudiwa kuelezea utambulisho wa Israeli kama taifa lililokombolewa na Mungu.**

---

3. Ulinganisho wa Biblia na Quran Kuhusu Kutoka kwa Wanaisraeli

Biblia (Kutoka 3-14)	**Quran (Surah 5, 28, 7, 10)**
Wanaisraeli walikuwa watumwa kwa muda mrefu chini ya Farao.	Quran inasema Wanaisraeli walikuwa wafalme na walikuwa na mali nyingi kabla ya kutoka Misri.
Musa alitumwa na Mungu kuwaokoa kutoka utumwa.	Quran inakubali kuwa Musa aliwaongoza Wanaisraeli kutoka Misri.
Muujiza wa Bahari ya Shamu kugawanyika uliruhusu Wanaisraeli kupita.	Quran pia inasema kuwa Bahari iligawanyika, lakini haijatoa maelezo kwa kina kama Biblia.
Wanaisraeli walitangatanga jangwani kwa miaka 40.	Quran inathibitisha safari ya jangwani, lakini haitoi muda maalum.

- **Mojawapo ya makosa makubwa ya Quran ni kudai kuwa Wanaisraeli walikuwa "wafalme" Misri, jambo ambalo Biblia na historia hazithibitishi.**

Mtazamo wa Kibiblia Kuhusu Kutoka kwa Wanaisraeli

- **Kutoka kwa Wanaisraeli ni mojawapo ya hadithi muhimu zaidi katika Biblia, lakini kuna ushahidi mdogo wa kihistoria wa kuthibitisha kuwa lilitokea kama linavyosimuliwa.**
- **Baadhi ya wataalamu wanachukulia hadithi ya Kutoka kama simulizi ya kifumbo inayoelezea utambulisho wa Israeli kama taifa la Mungu.**
- **Quran imeongeza madai yasiyothibitishwa, kama vile Wanaisraeli kuwa "wafalme" kabla ya kutoka Misri, jambo lisilo na msingi katika Biblia wala historia.**
- **Kwa hivyo, mtazamo wa kibiblia unaonyesha kuwa hadithi ya Kutoka ni muhimu kiimani, lakini si lazima iwe tukio la kihistoria lililotokea kama inavyosimuliwa.**

SURA YA 14

Wanaisraeli Warithi Misri na Palestina: Kosa la Kihistoria Katika Quran

Katika **Quran**, hadithi ya Musa na Wanaisraeli inaelezewa kwa njia tofauti na Biblia. Badala ya Wanaisraeli kutoka Misri na kuelekea nchi ya ahadi (Kanaani/Palestina) kama Biblia inavyoeleza, **Quran inadai kuwa Wanaisraeli waliirithi nchi ya Misri baada ya Firauni na wafuasi wake kuangamizwa**.

Katika sehemu hii, tutachunguza:

1. **Madai ya Quran kuhusu urithi wa Misri kwa Wanaisraeli**
2. **Ushahidi wa kihistoria na kiakiolojia kuhusu Wanaisraeli katika Misri**
3. **Ulinganisho wa mtazamo wa Biblia na ule wa Quran kuhusu urithi wa ardhi**
4. **Uchambuzi wa kitaalamu kuhusu kwa nini Quran inatoa simulizi hii tofauti**

1. Madai ya Quran Kuhusu Wanaisraeli Kurithi Misri

Katika **Quran 26:57-59**, inasema:
"Tukawatoa [watu wa Firauni] kutoka katika mabustani na chemchemi, na hazina na makao mazuri yenye heshima. Hivyo ndivyo; na tukawapa Wana wa Israeli urithi wa hayo." (Quran 26:57-59)

Katika aya hii, **inasemekana kuwa Wanaisraeli walipewa urithi wa ardhi ya Misri baada ya Firauni na watu wake kuangamizwa**.

Katika **Quran 17:103-104**, inasema:

"[Firauni] alitaka kuwafukuza kutoka katika ardhi (al-arḍ), lakini tukamzamisha yeye na wale waliokuwa pamoja naye. Na baada yake tukawaambia Wana wa Israeli, 'Kaeni katika ardhi! Na ahadi ya dunia ijayo itakapofika, tutawaleta kama kundi lililochanganyika.'"

☑ **Madai haya yanaonyesha kuwa Quran inaeleza kuwa Wanaisraeli hawakuondoka Misri, bali waliirithi na kuendelea kuishi humo.**

Katika **Quran 28:4-6**, inasema:

"Firauni alijifanya mkuu katika ardhi na akaigawa watu wake katika vikundi, akiwadhoofisha baadhi yao kwa kuwaua watoto wao wa kiume na kuwaacha hai wanawake wao. Hakika alikuwa miongoni mwa wanaofanya ufisadi. Na tulitaka kuonyesha neema kwa wale waliodhulumiwa katika ardhi na kuwafanya kuwa viongozi na kuwafanya kuwa warithi, na kuwapatia makazi katika ardhi, na kumwonyesha Firauni na Hāmān na majeshi yao yale waliyokuwa wakiyahofia." (Quran 28:4-6)

☑ **Katika aya hii, dhana ya Wanaisraeli kurithi ardhi inasisitizwa, na inaonekana kuwa inahusu Misri yenyewe.**

2. Ushahidi wa Kihistoria na Kiakiolojia: Hakuna Uthibitisho wa Wanaisraeli Kurithi Misri

Licha ya madai ya Quran, **hakuna ushahidi wa kihistoria au wa kiakiolojia unaothibitisha kwamba Wanaisraeli waliwahi kutawala au kurithi Misri baada ya Firauni kufa.**

A. Hakuna Rekodi za Wanaisraeli Kama Warithi wa Misri

- **Misri ilikuwa na mfumo wa maandishi wa kihieroglifu uliohifadhi matukio ya kihistoria kwa undani.**
- **Hakuna maandishi yoyote ya Wamisri yanayosema kuwa Wanaisraeli waliirithi nchi yao baada ya Firauni kufa.**
- **Hakuna mabadiliko ya kisiasa au kiutawala yaliyoonekana kipindi hicho yanayoashiria uwepo wa Wanaisraeli kama watawala wa Misri.**

🔴 **Ikiwa Wanaisraeli walichukua udhibiti wa Misri, tungetarajia kuona ushahidi wa kiakiolojia, lakini hakuna hata mmoja.**

B. Hakuna Ushahidi wa Kiakiolojia wa Wanaisraeli Kuwa na Uwepo Mkubwa Misri

- **Hakuna magofu, maandiko, au vielelezo vya kiakiolojia vinavyoonyesha kuwa Wanaisraeli waliishi Misri kama watawala baada ya Firauni kufa.**

- **Hakuna mabadiliko ya kiutawala au kidini Misri yaliyoonyesha kuwa utawala wa Wanaisraeli uliwekwa baada ya kuondoka kwa Firauni.**

🔘 **Hii inathibitisha kuwa madai ya Quran kwamba Wanaisraeli walirithi Misri hayana msingi wa kihistoria.**

---

3. Ulinganisho wa Mtazamo wa Biblia na Quran Kuhusu Urithi wa Ardhi

Biblia (Kutoka 3-14)	**Quran (Surah 17, 26, 28)**
Wanaisraeli walihama kutoka Misri na kuelekea Kanaani (Palestina).	Wanaisraeli walirithi Misri baada ya Firauni kufa.
Kanaani ilikuwa nchi ya ahadi kwa Wanaisraeli.	Quran inachanganya dhana ya nchi ya ahadi kwa kuifanya iwe pamoja na Misri.
Musa aliwaongoza Wanaisraeli nje ya Misri kuelekea nchi ya ahadi.	Hakuna mtajo wa moja kwa moja wa Musa kuwaongoza Wanaisraeli nje ya Misri katika Quran za awali.

🔘 **Quran inatoa simulizi inayopingana na Biblia, kwa kudai kuwa Wanaisraeli hawakuhama, bali walirithi Misri.**

---

4. Sababu za Quran Kubadilisha Hadithi ya Biblia

Wanazuoni kama **Nicolai Sinai** wanapendekeza kuwa **Muhammad alibadilisha hadithi ya Biblia ili kuendana na mazingira ya wakati wake.**

A. Quran Inatumia Hadithi ya Wanaisraeli Kwa Muktadha wa Waislamu wa Mapema

- Katika kipindi cha **Muhammad akiwa Makka**, alipingwa na viongozi wa Kuraishi.
- Quran inasisitiza kuwa **wafuasi wa Mungu wanapewa ardhi na mali za makafiri waliotangulia**, ili kuwahakikishia Waislamu wa Makka kuwa watashinda.
- Katika **Quran 20:57**, Firauni anasema:

  "Je, umekuja kutufukuza kutoka katika ardhi yetu kwa uchawi wako?"

✅ **Hii inalingana na hali ya Muhammad Makka, ambapo aliona kuwa yeye na wafuasi wake walifukuzwa kutoka mji wao lakini wangerejea kama warithi wa ardhi hiyo.**

B. Mabadiliko ya Simulizi Katika Quran za Baadaye

- Katika aya za baadaye za Quran, dhana ya **hijra (kuhama kwa waumini kutoka ardhi zao) inasisitizwa**, na hadithi ya Musa inaanza kufanana na ile ya Biblia kuhusu kutoka Misri.
- Quran baadaye inataja Waislamu kuwa **walihamishwa kutoka Makka (sawa na Wanaisraeli kutoka Misri), na walihamia Madina (sawa na Kanaani).**

🔘 Hii inaonyesha kuwa Quran ilibadilisha hadithi ya Wanaisraeli ili iweze kutumiwa kisiasa kuhalalisha nafasi ya Waislamu wa awali.

---

5. Hitimisho: Quran Imefanya Makosa Makubwa ya Kihistoria Kuhusu Wanaisraeli Kurithi Misri

📌 Hakuna ushahidi wa kihistoria au kiakiolojia wa kuthibitisha kuwa Wanaisraeli waliwahi kuwa watawala wa Misri.
📌 Biblia inasema kuwa Wanaisraeli waliondoka Misri na kwenda Kanaani, si kurithi Misri.
📌 Quran ilibadilisha hadithi ya Wanaisraeli ili kuendana na mazingira ya Muhammad katika Makka.
📌 Hakuna rekodi za Misri zinazoonyesha tukio lolote la Wanaisraeli kurithi nchi hiyo.
🔘 Hii ni mojawapo ya makosa makubwa ya kihistoria katika Quran, ikionyesha kuwa hadithi zake zilirekebishwa ili kuhalalisha muktadha wa kisiasa wa Muhammad badala ya kueleza historia halisi.

SURA YA 15

Gharika ya Nuhu Kote Duniani: Kosa la Kihistoria Katika Quran

Hadithi ya **Gharika ya Nuhu** kama inavyopatikana katika **Quran** ni sehemu ya simulizi pana la mafuriko yaliyokuwa maarufu katika hadithi za kale za Mashariki ya Kati, ikiwa ni pamoja na **Epic of Gilgamesh**, simulizi la Babeli, na zaidi katika **Biblia**.

Hata hivyo, **ushahidi wa kisayansi na wa kiakiolojia unathibitisha kuwa mafuriko ya dunia nzima hayakuwahi kutokea**. Hili limewafanya baadhi ya wanazuoni wa Kiislamu wa kisasa kujaribu kutafsiri hadithi ya Nuhu kama **gharika ya eneo fulani badala ya mafuriko ya dunia nzima**.

Hata hivyo, **maelezo yaliyomo ndani ya Quran yanapinga tafsiri hii ya kisasa, kwa sababu aya zake zinahakikisha kuwa mafuriko hayo yalikuwa ya ulimwengu mzima na si ya eneo moja tu**.

Katika uchambuzi huu, tutaelezea:

1. **Maelezo ya Quran kuhusu Gharika ya Nuhu**
2. **Ushahidi wa kisayansi na kihistoria unaopinga wazo la mafuriko ya dunia nzima**
3. **Dhana ya kuokolewa kwa kila aina ya viumbe wawili wawili ndani ya safina**
4. **Muktadha wa theolojia ya Kiislamu na tafsiri za wanazuoni wa Kiislamu kuhusu tukio hili**

---

1. Madai ya Quran Kuhusu Gharika ya Nuhu

Quran inaelezea hadithi ya Nuhu kwa muktadha wa adhabu ya Mungu kwa waliokufuru. Aya kadhaa zinathibitisha kuwa tukio hili lilikuwa **la kimataifa na liliharibu kila mtu asiyeingia katika safina**. Katika **Quran 54:11-12**, inasema:

"Kisha tukafungua milango ya mbingu kwa maji yaliyomiminika, na tukafanya ardhi itokeze chemchemi, ili maji yakutane kwa amri iliyokusudiwa."

☑ **Aya hii inaonyesha kuwa maji yalitoka mbinguni na ardhini, jambo linalopendekeza kuwa mafuriko yalifunika dunia yote, na si sehemu ndogo tu.**

Katika **Quran 11:40**, inasema:

"Mpaka ilipokuja amri yetu, na maji yalitoka chemchem za ardhi! Tukasema: 'Panda humo [Safina], katika kila aina wawili wawili, waume na wake, na ahli zako - isipokuwa wale ambao amri ilikwisha kutangulia juu yao - na Waumini.' Lakini ni wachache tu waliomwamini."

☑ **Amri ya kuchukua kila aina ya wanyama wawili wawili inaonyesha kuwa mafuriko yalifunika dunia nzima, kwani la sivyo wanyama wangeweza kuhamia sehemu nyingine.**

Katika **Quran 11:42-43**, inaelezwa kuwa hata mlima mrefu haungeweza kumwokoa yeyote:

"Na Safina ikaelea juu ya mawimbi kama milima. Nuhu akamwita mwanawe, aliyekuwa mbali, 'Ewe mwanangu! Panda pamoja nasi, wala usiwe pamoja na makafiri!' Akasema, 'Nitajikinga katika mlima, utakaoniokoa na maji haya.' Nuhu akasema, 'Leo hakuna mlinzi na adhabu ya Mwenyezi Mungu isipokuwa kwa wale anaowarehemu.' Na mawimbi yakawatenganisha, na mwanawe alikuwa miongoni mwa wale waliomezwa na maji."

☑ **Hii inathibitisha kuwa hakuna sehemu yoyote ambayo mtu angeweza kukimbilia ili kuokoka, jambo linalopingana na dhana ya mafuriko ya eneo dogo tu.**

Katika **Quran 11:44**, inasema:

"Kisha ikasemwa: 'Ewe ardhi! Meza maji yako, na ewe mbingu! Koma!' Maji yakapungua, na amri ikatimizwa, na ikatua juu ya [Mlima] Judi. Kisha ikasemwa: 'Na iwe mbali na watu waovu!'"

☑ **Maelezo haya yanasisitiza kuwa maji yalitawala dunia nzima na hatimaye yakapungua kwa amri ya Mungu.**

---

2. Ushahidi wa Kisayansi na Kihistoria Unaoonyesha Hakukuwa na Mafuriko ya Dunia Nzima

Wanasayansi na wanajiolojia **hawajawahi kupata ushahidi wa kimazingira unaoonyesha mafuriko ya dunia nzima** kama inavyosimuliwa katika Quran au hata Biblia.

A. Hakuna Rekodi za Kijiolojia za Mafuriko ya Dunia Nzima

- **Tabaka za dunia (sedimentary layers) hazionyeshi kuwa dunia nzima ilifunikwa na maji wakati mmoja.**
- **Hakuna ushahidi wa jiwe lililobadilishwa na maji (water-formed rocks) kwa kiwango cha dunia nzima, ambacho kingeonyesha uharibifu mkubwa wa maji duniani kote.**
- **Mifumo ya mito mikubwa, kama Nile, Amazon, na Mississippi, inaonyesha kuwa haijawahi kusitishwa na tukio la kimataifa la mafuriko.**

B. Utafiti wa DNA Unaonyesha Kuendelea kwa Binadamu Bila Kupungua kwa Idadi

- **Ikiwa kila mtu alikufa isipokuwa Nuhu na familia yake, basi tungetarajia kuona tofauti kubwa katika utafiti wa DNA ya binadamu, jambo ambalo halipo.**
- **Utafiti wa mfuatano wa jeni (genetic sequencing) unaonyesha kuwa wanadamu walitokana na makundi mbalimbali yaliyoendelea kuishi kwa maelfu ya miaka bila tukio la kutoweka kwao kwa gharika moja.**

🔘 **Kwa hivyo, ushahidi wa kisayansi unapinga kabisa wazo la mafuriko ya dunia nzima.**

---

3. Dhana ya Kuokolewa Kwa Kila Aina ya Viumbe Wawili Wawili

Katika **Quran 11:40**, inasemwa kuwa Nuhu alichukua **wanyama wawili wawili wa kila aina**.

- Ikiwa gharika ilikuwa ya eneo dogo tu, kwa nini ilihitajika kuchukua wanyama ndani ya safina badala ya kuwaacha wakimbilie maeneo yasiyofurika?
- Hakuna ushahidi wa kisayansi unaoonyesha kuwa viumbe wa dunia nzima walitokana na wanandoa wawili tu kwa kila aina, jambo ambalo lingesababisha mmomonyoko mkubwa wa kijenetiki (genetic bottleneck).

● **Hii inaonyesha kuwa Quran inashikilia mtazamo wa mafuriko ya dunia nzima, si ya eneo fulani tu.**

---

4. Tafsiri za Wanazuoni wa Kiislamu: Wote Waliamini Ni Mafuriko ya Dunia Nzima

Wanazuoni wa kale wa Kiislamu wote walikubaliana kuwa gharika ya Nuhu ilikuwa ya ulimwengu mzima, wakiwemo:

1. **Al-Jalalayn / Al-Mahalli na Al-Suyuti**
2. **Ibn 'Abbâs**
3. **Ibn Kathir**
4. **Al-Tabari**
5. **Muqatil ibn Sulayman**
6. **Al-Razi**
7. **Al-Qurtubi**

● **Kwa hivyo, madai ya wanazuoni wa kisasa kwamba Quran inazungumzia gharika ya eneo fulani tu ni upotoshaji wa tafsiri za Kiislamu za awali.**

---

5. Quran Imefanya Makosa Makubwa ya Kihistoria Kuhusu Gharika ya Nuhu

📌 **Quran inasema kuwa mafuriko yalifunika dunia nzima, lakini ushahidi wa kisayansi hauonyeshi mafuriko kama hayo kutokea.**

📌 **Hakuna ushahidi wa kihistoria wa mafuriko ya dunia nzima katika rekodi za kale.**

📌 **Wazo la kuokolewa kwa wanyama wawili wawili wa kila aina linapingana na nadharia za kisayansi za urithi wa kijenetiki.**

📌 **Wanazuoni wa Kiislamu wa kale wote walikubaliana kuwa gharika ya Nuhu ilikuwa ya dunia nzima.**

● **Hii ni mojawapo ya makosa makubwa ya kihistoria katika Quran, ikithibitisha kuwa hadithi yake ya gharika si sahihi kihistoria wala kisayansi.**

Tofauti Kati ya Gharika ya Nuhu Katika Quran na Biblia: Makosa Katika Simulizi ya Quran

Moja ya tofauti kubwa kati ya **Quran na Biblia** kuhusu gharika ya Nuhu ni sababu ya kuangamizwa kwa wanadamu.

- **Katika Biblia**, watu waliangamizwa kwa sababu ya **uovu wao**, bila kujali imani yao.
- **Katika Quran**, watu waliangamizwa kwa sababu ya **ukafiri wao**, na waumini pekee waliokolewa kwa sababu ya kuwa Waislamu.

Katika sehemu hii, tutaeleza **makosa ya kihistoria na mantiki katika simulizi ya Quran kuhusu gharika ya Nuhu**, tukilinganisha na simulizi la Biblia na kuuliza swali gumu:

📌 **Ikiwa waumini waliokuwa na Nuhu walikuwa Waislamu, walitoshaje wote ndani ya Safina?**

1. Makosa Katika Quran: Gharika Iliwaua Makafiri Pekee

Katika **Quran 71:26-28**, Nuhu anaomba Mungu awaangamize **makafiri wote duniani**:
"Mola wangu, usiwaache juu ya ardhi hata mmoja miongoni mwa makafiri! Hakika ukiacha mtu miongoni mwao, atawapoteza waja wako, wala hawatamzaa ila fasiki kafiri!"

☑ **Hii inaonyesha kuwa gharika haikuwa adhabu kwa sababu ya uovu wa watu wote, bali iliwaangamiza makafiri tu.**

Katika **Quran 37:75-82**, inasema:

"Nuhu alituita, nasi tukamjibu kwa njia bora! Tukamuokoa yeye na watu wake kutokana na dhiki kubwa, na tukafanya kizazi chake kuwa waokoka, kisha tukawazamisha wengine." (Quran 37:75-82)

☑ **Hii inaonyesha kuwa waliookoka walikuwa ni watu wa Nuhu pekee – yaani, Waislamu wa wakati huo.**

📌 **Tatizo kuu hapa ni kwamba hakuna ushahidi wa kihistoria wa jamii yoyote ya Kiislamu kuishi baada ya gharika ya Nuhu.**

---

2. Biblia: Gharika Iliangamiza Watu Kwa Sababu ya Uovu Wao

Tofauti na Quran, **Biblia inasema kuwa watu waliangamizwa kwa sababu ya uovu wao mkubwa, si kwa sababu ya ukafiri wao pekee**. Katika **Mwanzo 6:5-7**, tunasoma:

"Bwana akaona ya kuwa uovu wa mwanadamu ulikuwa mwingi duniani, na kwamba kila kusudi la mawazo ya moyo wake lilikuwa

mbaya tu sikuzote. Bwana akaghairi kwa kuwa ameumba mwanadamu duniani, akahuzunika moyo wake. Bwana akasema, 'Nitawafutilia mbali wanadamu niliowaumba duniani...'"

☑ **Hii inaonyesha kuwa sababu ya gharika ilikuwa dhambi na maovu ya wanadamu, si ukafiri pekee.**

Katika **Mwanzo 7:23**, inasema:

"Bwana akafuta kila kiumbe kilicho hai kilichokuwa juu ya uso wa nchi, mwanadamu na mnyama, kitambaacho na ndege wa angani; vyote vikafutwa kutoka duniani; akabaki Nuhu tu, na wale waliokuwa pamoja naye katika safina."

☑ **Hii inathibitisha kuwa walioangamizwa walikuwa waovu, bila kujali imani yao.**

📌 **Biblia inatoa muktadha wa maadili kwa gharika, wakati Quran inatoa muktadha wa kidini pekee.**

---

3. Ikiwa Waumini Wote Walikuwa Waislamu, Walitoshaje Wote Katika Safina?

Kwa mujibu wa Quran, **waliokoka gharika walikuwa waumini pekee – Waislamu wa Nuhu**.
Hili linaibua maswali makubwa:

A. Idadi ya Waislamu Katika Safina

Katika **Quran 11:40**, inasema:

"Panda humo [Safina], katika kila aina wawili wawili, waume na wake, na ahli zako - isipokuwa wale ambao amri ilikwisha kutangulia juu yao - na Waumini." Lakini ni wachache tu waliomwamini."

✅ **Hii inamaanisha kuwa idadi ya waumini waliokuwa na Nuhu haikuwa kubwa.**

📌 **Ikiwa Waislamu wa wakati wa Nuhu walikuwa wachache, inamaanisha kwamba ukafiri ulikuwa wa kawaida sana. Hii inapingana na maombi ya Nuhu ya kuwaangamiza "makafiri wote duniani" ikiwa kulikuwa na waumini wachache sana!**

B. Je, Safina Ilikuwa na Nafasi ya Kutosha kwa Waumini Wote?

- **Kwa mujibu wa Quran, kila muumini aliingia katika safina.**
- **Ikiwa gharika ilikuwa ya dunia nzima na waumini walikuwepo sehemu nyingi za dunia, walitoshaje wote ndani ya safina moja?**
- **Je, waumini waliokolewa kutoka maeneo mengine ya dunia walihamia wapi?**

🔘 **Hakuna majibu ya maswali haya katika Quran, jambo linaloonyesha kuwa hadithi hii haina mantiki ya kihistoria.**

C. Ikiwa Waislamu wa Wakati wa Nuhu Walinusurika, Wako Wapi Leo?

Quran inadai kuwa **kizazi cha waliookoka kilihifadhiwa na kikawa msingi wa wanadamu wa leo**:

Katika **Quran 37:77**, inasema:

"Na tukafanya kizazi chake kuwa waokoka."

✅ **Hii inamaanisha kuwa kizazi cha Nuhu ndicho kilichoendeleza wanadamu wa leo.**

📌 **Lakini ikiwa Waislamu pekee ndio waliokoka, kwa nini leo kuna watu wengi wasio Waislamu? Ikiwa Waislamu walikuwa msingi wa wanadamu wote wa leo, kwa nini kuna dini zingine zilizopo?**

● **Hii ni moja ya makosa makubwa katika simulizi ya Quran, kwani historia inaonyesha kuwa dini nyingi zilikuwepo baada ya gharika ya Nuhu.**

---

4. Makosa Makubwa Katika Simulizi ya Quran Kuhusu Gharika ya Nuhu

📌 **Quran inasema gharika iliua makafiri wote, lakini Biblia inasema ilimuangamiza kila mtu aliyekuwa mwovu, bila kujali imani yake.**
📌 **Biblia inatoa sababu ya kimaadili kwa gharika – yaani, dhambi – lakini Quran inatoa sababu ya kidini pekee – ukafiri.**
📌 **Ikiwa waumini wote wa wakati wa Nuhu walikuwa Waislamu, walitoshaje wote ndani ya safina moja?**
📌 **Ikiwa kizazi cha waokoka kilikuwa Waislamu, kwa nini leo kuna watu wa dini zingine?**
📌 **Hakuna ushahidi wa kihistoria unaoonyesha kuwa gharika ya Nuhu ilikuwa ya ulimwengu mzima.**
● **Simulizi ya Quran ina makosa ya kihistoria na ya mantiki, jambo linaloonyesha kuwa si rekodi sahihi ya kihistoria.**

Hitimisho Kuu

Katika ulinganisho kati ya **Biblia na Quran kuhusu gharika ya Nuhu**, tunapata kwamba:

1. **Biblia inatoa simulizi lenye msingi wa maadili kuhusu uovu wa wanadamu, huku Quran ikitoa simulizi lenye msingi wa dini kuhusu ukafiri.**
2. **Biblia inakubaliana na ushahidi wa kihistoria kwamba wanadamu waliendelea kuishi katika sehemu mbalimbali baada ya gharika, lakini Quran inadai kuwa waokoka wote walikuwa Waislamu.**
3. **Hakuna ushahidi wa kihistoria au wa kisayansi unaothibitisha mafuriko ya dunia nzima, kama Quran inavyodai.**

● **Kwa hivyo, hadithi ya Quran kuhusu gharika ya Nuhu si sahihi kihistoria wala kisayansi, na ina makosa mengi ya mantiki.**

SURA YA 16

Maji ya Mafuriko Yalibubujika Kutoka Tanuri: Kosa la Kihistoria Katika Quran

Katika **Quran**, hadithi ya Gharika ya Nuhu inajumuisha maelezo yasiyopatikana katika simulizi za awali za mafuriko, kama vile **Epic of Gilgamesh, Atra-Hasis, na Ziusudra**. Moja ya vipengele vyake vya kipekee ni madai kuwa **maji ya gharika yalitoka kwenye tanuri** (**ٱلتَّنُّورُ, al-tannooru**) na yalichemka kama maji katika sufuria.

Hata hivyo, **hakuna ushahidi wa kisayansi au kihistoria wa mafuriko ya aina hii, na maelezo haya hayapo hata katika hadithi za kale zaidi za mafuriko**. Inaonekana kuwa chanzo chake ni **ufafanuzi wa Kitalmudi wa Kiyahudi wa kifasihi kutoka Talmudi ya Babeli**, badala ya kuwa rekodi sahihi ya kihistoria.

Katika sehemu hii, tutaeleza:

1. **Madai ya Quran kuhusu maji ya gharika kutoka kwenye tanuri**
2. **Makosa ya kisayansi na kihistoria katika dhana hii**
3. **Asili ya hadithi hii kutoka katika Talmudi ya Babeli**
4. **Makosa ya tafsiri ya Quran kuhusu neno "tanuri"**

---

1. Madai ya Quran Kuhusu Maji ya Gharika Kutoka Kwenye Tanuri

Katika **Quran 11:40**, inasema:
"(Hivi ndivyo ilivyokuwa) mpaka ilipokuja amri yetu, na tanuri ikabubujika maji, tukasema: 'Pakia ndani yake (safina) katika kila aina wawili wawili, waume na wake, na ahli zako - isipokuwa wale ambao amri ilikwisha kutangulia juu yao - na wale walioamini.' Lakini ni wachache tu waliomwamini."
Katika **Quran 23:27**, inasema:

"Kisha tukamfunulia (Nuhu) akisema: 'Tengeneza safina mbele ya macho yetu na kwa ufunuo wetu. Kisha amri yetu itakapokuja, na tanuri ikabubujika maji, basi waingize humo kila aina wawili wawili, waume na wake, na ahli zako - isipokuwa wale ambao amri ilikwisha kutangulia juu yao. Wala usinisemee juu ya wale waliodhulumu, hakika wao watazamishwa.'"

✅ **Hii inaonyesha kuwa Quran inadai kuwa maji ya gharika yalitoka katika tanuri na yalibubujika kwa njia ya moto kama maji yanayochemka.**

📌 **Tatizo kubwa hapa ni kwamba hakuna ushahidi wa kihistoria au kisayansi unaoonyesha kuwa mafuriko ya ulimwengu yalitokea kwa njia ya maji yanayochemka kutoka kwenye tanuri.**

---

2. Makosa ya Kisayansi na Kihistoria Katika Dhana Hii

🔘 Hakuna Ushahidi wa Jiolojia Unaounga Mkono Mafuriko ya Maji Yanayochemka

- **Hakuna mabaki ya kijiolojia yanayoonyesha kuwa maji ya gharika yalikuwa na joto la juu kiasi cha kuchemka.**
- **Maji ya bahari au mito hayawezi kubadilika ghafla na kuwa ya moto kote duniani bila sababu ya kiasili kama shughuli za volkeno au mlipuko wa nyuklia, jambo ambalo halipo katika rekodi za kihistoria.**
- **Ikiwa mafuriko yalikuwa ya maji yanayochemka, ni vipi wanyama waliokuwa ndani ya safina walinusurika kutokana na mvuke wa maji ya moto?**

🔘 Hakuna Hadithi Nyingine ya Kale Inayosema Mafuriko Yalikuwa na Maji Yanayochemka

- **Simulizi za Epic of Gilgamesh, Atra-Hasis, na Ziusudra – ambazo ni chanzo cha awali cha hadithi ya mafuriko – hazitaja maji ya moto au tanuri kuwa chanzo cha maji.**
- **Simulizi ya Kiyahudi katika Biblia pia haisemi chochote kuhusu maji yanayochemka, bali inasema kuwa mvua ilinyesha kwa siku 40 na maji yalitoka ardhini (Mwanzo 7:11).**

📌 Hii inaonyesha kuwa madai ya Quran kuhusu maji ya gharika kutoka kwenye tanuri hayana msingi wa kihistoria wala kisayansi.

3. Asili ya Hadithi Hii Katika Talmudi ya Babeli

Inaonekana kuwa madai ya Quran kuhusu maji ya tanuri yanatokana na **ufafanuzi wa Kitalmudi wa Kiyahudi** badala ya kuwa historia halisi.

Katika **Talmudi ya Babeli**, imeandikwa:
"Walitenda dhambi kwa moto wa tamaa, na wakaadhibiwa kwa moto wa maji yanayochemka... Kwa kuwa imeandikwa hapa kuhusu gharika: 'Na maji yakapungua' (Mwanzo 8:1), na imeandikwa kuhusu Mfalme Ahasuero: 'Na hasira yake ilipungua' (Esta 7:10). Hii inamaanisha kuwa maji ya gharika hapo mwanzo yalikuwa ya moto na hatimaye yakapoa."

☑ **Hii ni tafsiri ya kifasihi inayotumia ulinganisho wa maneno, lakini Quran inaonekana kuwa imechukua hii kama ukweli wa kihistoria.**

📌 **Hili linaonyesha kuwa hadithi ya maji ya gharika kutoka kwenye tanuri si historia, bali ni tafsiri ya kifasihi kutoka kwenye maandiko ya Kiyahudi ya baadaye.**

---

4. Makosa ya Tafsiri Katika Quran Kuhusu Neno "Tanuri"

Katika tafsiri ya Quran, neno **"tanuri"** (**ٱلتَّنُّورُ, al-tannooru**) limefasiriwa kwa njia mbalimbali:

- **Mfasiri wa Kiislamu Yusuf Ali alikosea kutafsiri neno hili kama "chemchemi" badala ya "tanuri."**
- **Katika Kiarabu, kitenzi kilichotumika "fara" (فَارَ) kinamaanisha "kuchemka" linapotumika kwa maji katika chombo cha kupikia.**

- Katika Quran 67:7, kitenzi hicho kinapotumika kwa moto wa Jahannam, kinamaanisha "moto uliochangamka sana."

📌 **Hii inaonyesha kuwa tafsiri sahihi ni kwamba Quran inasema maji ya gharika yalitoka kwenye tanuri na yalichemka kama maji katika sufuria.**

Makosa Makubwa Katika Simulizi ya Quran Kuhusu Maji ya Gharika

📌 **Hakuna ushahidi wa kisayansi unaoonyesha kuwa mafuriko ya ulimwengu mzima yalitokea kwa maji yanayochemka kutoka kwenye tanuri.**

📌 **Hakuna hadithi nyingine ya kale inayosema kuwa mafuriko yalihusisha maji ya moto – hii haipo katika Biblia, Gilgamesh, au maandiko mengine ya zamani.**

📌 **Chanzo cha madai haya ni tafsiri ya kifasihi kutoka Talmudi ya Babeli, na si rekodi ya kihistoria.**

📌 **Quran imekosea kutafsiri neno "tanuri," na tafsiri sahihi inaonyesha kuwa inadai maji ya gharika yalichemka kutoka kwenye tanuri.**

🔘 **Kwa hivyo, hadithi ya Quran kuhusu maji ya gharika kutoka kwenye tanuri si sahihi kihistoria wala kisayansi, na inaonyesha kuwa ni tafsiri potofu ya maandiko ya Kiyahudi ya baadaye.**

SURA YA 17

Safina ya Nuhu Kuweka Kila Aina ya Viumbe Hai: Kosa la Kisayansi Katika Quran

Moja ya vipengele vya hadithi ya **Gharika ya Nuhu** ni kuwa **wawili wa kila aina ya viumbe hai waliwekwa ndani ya safina**. Simulizi hii, kama inavyoelezwa katika **Quran**, inadai kuwa **Nuhu aliingiza kila spishi ya wanyama ndani ya safina, wawili kwa kila mmoja (dume na jike).**

Hata hivyo, **sayansi ya kisasa imeonyesha kuwa hii haiwezekani kwa sababu ya idadi kubwa ya spishi tofauti za viumbe hai na mahitaji yao maalum ya mazingira, chakula, na hali ya hewa**.

Katika sehemu hii, tutaeleza:

1. **Madai ya Quran kuhusu Nuhu kuingiza viumbe vyote ndani ya safina**

2. **Changamoto za kisayansi zinazopinga dhana hii**
3. **Matatizo ya kijiografia, kimazingira, na kibaiolojia katika hadithi hii**
4. **Ukosefu wa ushahidi wa kiakiolojia na kihistoria wa safina hii**

---

1. Madai ya Quran Kuhusu Nuhu Kuingiza Kila Spishi ya Viumbe Hai Ndani ya Safina

Katika **Quran 11:40**, inasema:

"(Hivi ndivyo ilivyokuwa) mpaka ilipokuja amri yetu, na tanuri ikabubujika maji, tukasema: 'Pakia ndani yake (safina) katika kila aina wawili wawili, waume na wake, na ahli zako - isipokuwa wale ambao amri ilikwisha kutangulia juu yao - na wale walioamini.' Lakini ni wachache tu waliomwamini."

✅ **Aya hii inasema kuwa Nuhu aliamriwa kuingiza ndani ya safina kila aina ya viumbe hai wawili wawili – dume na jike.**

📌 **Swali kuu ni je, hili lingewezekana kwa hali halisi ya kisayansi na kijiografia?**

---

2. Changamoto za Kisayansi Zinazopinga Dhana Hii

Sayansi ya kisasa inathibitisha kuwa:

A. Idadi Kubwa ya Spishi za Wanyama

🔘 **Kwa sasa, kuna zaidi ya spishi milioni 8.7 za viumbe hai duniani, wakiwemo wanyama, ndege, wadudu, na viumbe wa baharini.**

- **Kuna zaidi ya spishi 6,000 za mamalia peke yake.**
- **Kuna zaidi ya spishi 10,000 za ndege.**
- **Kuna zaidi ya spishi milioni 1 za wadudu.**

Ikiwa Nuhu alipaswa kubeba angalau wawili wa kila spishi, maana yake alihitajika kubeba zaidi ya viumbe milioni 17 ndani ya safina. Hii haiwezekani kwa meli yoyote ya mbao.

B. Ukubwa wa Safina na Changamoto za Kuhifadhi Viumbe

- **Safina yoyote ya mbao, hata ikiwa kubwa kiasi gani, isingeweza kubeba wanyama milioni 17 pamoja na chakula cha kutosha kwa miezi mingi.**
- **Kuhifadhi wanyama kama vile tembo, twiga, farasi, na nyati kwenye chombo kimoja ni changamoto kubwa ya kimazingira.**
- **Mahitaji ya chakula na maji kwa wanyama hawa ni makubwa sana kiasi kwamba hata meli kubwa za kisasa haziwezi kufanya hivyo bila vifaa vya kisasa vya kuhifadhi chakula na maji.**

Hakuna meli ya mbao inayoweza kubeba idadi kubwa ya wanyama kwa muda mrefu bila vifaa vya kisasa vya kuhifadhi chakula na kusimamia mazingira.

C. Wanyama wa Maeneo Tofauti na Mazingira

● **Wanyama wanahitaji mazingira maalum ili kuishi. Ikiwa wanyama kutoka maeneo tofauti waliwekwa ndani ya safina moja, walihimilikaje mazingira sawa kwa muda mrefu?**

1. **Wanyama wa baridi kama Dubu wa Polar na Penguins**
   - Hawawezi kuishi katika hali ya joto ya Mashariki ya Kati.
   - Walihifadhiwaje katika safina bila hali ya hewa baridi?
2. **Wanyama wa joto kama Simba, Tembo, na Twiga**
   - Wanahitaji hali ya hewa ya joto na nafasi kubwa ya kuishi.
   - Vipi walihifadhiwa pamoja na wanyama wa baridi?
3. **Wanyama wenye chakula maalum kama Koala na Panda**
   - Koala wanakula majani ya Eucalyptus pekee, mimea ambayo haipatikani Mashariki ya Kati.
   - Panda wanakula mianzi pekee, ambayo haipatikani nje ya China.

Hakuna maelezo yoyote katika Quran kuhusu jinsi wanyama hawa walihifadhiwa katika mazingira yao maalum.

---

3. Matatizo ya Kijiografia, Kimazingira, na Kibaiolojia

● **Ikiwa spishi zote za wanyama zilitoka katika eneo moja (karibu na Nuhu), basi tungetarajia kuona ushahidi wa kibiolojia wa uhamiaji wao kutoka eneo moja kwenda kote duniani.**

- **Hakuna ushahidi wa kijiografia unaoonyesha kuwa wanyama wote walihamia kutoka eneo moja baada ya gharika.**
- **Wanyama wa maeneo kama Australia (kama Kangaroo na Koala) hawapatikani sehemu nyingine za dunia, jambo**

linaloonyesha kuwa hawakuwahi kuwa sehemu ya mazingira ya Mashariki ya Kati.

- Haitowezekana kuwa viumbe wa baharini walihifadhiwa ndani ya safina, lakini Quran haisemi chochote kuhusu jinsi samaki waliokolewa wakati wa gharika.

📌 Hii inaonyesha kuwa hadithi ya wanyama wote kuwa ndani ya safina ni hadithi ya kifumbo, si tukio la kihistoria.

---

4. Ukosefu wa Ushahidi wa Kiakiolojia na Kihistoria wa Safina ya Nuhu

● Hakuna ushahidi wa kiakiolojia unaothibitisha kuwa Safina ya Nuhu iliwahi kuwepo.

- Hakuna mabaki ya safina yaliyochimbwa katika maeneo yanayodaiwa kuwa na athari za gharika.
- Hakuna ushahidi wa kihistoria wa ustaarabu wowote uliotoweka kwa sababu ya gharika ya dunia nzima.

📌 Hii inamaanisha kuwa hadithi ya safina ni ya kifumbo badala ya kuwa tukio la kihistoria.

---

5. Hitimisho: Makosa Makubwa Katika Simulizi ya Quran Kuhusu Safina ya Nuhu

📌 Hakuna meli yoyote inayoweza kubeba wanyama wote wa dunia, hata ikiwa ni kubwa kiasi gani.
📌 Hakuna ushahidi wa kihistoria au kisayansi unaoonyesha kuwa viumbe vyote viliokolewa kwa kuwekwa ndani ya safina.
📌 Wanyama wengi wana mahitaji maalum ya chakula, hali ya

hewa, na mazingira, jambo ambalo lingefanya iwezekane kuwaweka wote ndani ya safina moja.

📌 Hakuna ushahidi wa kiakiolojia unaothibitisha kuwa safina ya Nuhu iliwahi kuwepo.

📌 Wanyama wa maeneo kama Australia hawangeweza kusafiri kutoka Mashariki ya Kati baada ya gharika.

● Kwa hivyo, simulizi ya Quran kuhusu safina ya Nuhu inakinzana na ukweli wa kisayansi na kihistoria, na inaonyesha kuwa hadithi hii si rekodi sahihi ya kihistoria.

SURA YA 18

Sanamu za Kiarabu Kutoka Wakati wa Nuhu: Kosa la Kihistoria Katika Quran

Katika **Quran**, kuna aya inayotaja majina ya **miungu mitano** waliokuwa wakiabudiwa wakati wa Nuhu. Cha kushangaza, majina haya ni **sanamu zilizokuwa zikiabudiwa na Waarabu wa wakati wa Muhammad**, karne nyingi baadaye.

Kwa mujibu wa Ibn Abbas, miungu hii ilihusiana moja kwa moja na **makabila ya Kiarabu** kabla ya Uislamu. Uchunguzi wa maandishi ya kale ya Kiarabu umethibitisha kuwa baadhi ya majina haya, kama **Wadd**, yalikuwepo katika **maandishi ya Kiarabu Kusini** karne chache kabla ya Uislamu.

Hili linaibua swali kubwa:

📌 Inawezekanaje sanamu za Kiarabu kutoka wakati wa Muhammad zikitajwa kuwa zilikuwepo tangu enzi za Nuhu, ikiwa waliokufuru wote waliangamizwa na gharika?

Katika sehemu hii, tutaeleza:

1. **Madai ya Quran kuhusu sanamu hizi kutoka wakati wa Nuhu**
2. **Makosa ya kihistoria katika kutaja sanamu za Kiarabu kama za enzi za Nuhu**
3. **Ushahidi wa kiakiolojia unaoonyesha kuwa sanamu hizi zilikuwepo katika Uarabuni kabla ya Uislamu, lakini si wakati wa Nuhu**
4. **Hadithi za Kiislamu kuhusu asili ya sanamu hizi**

---

1. Madai ya Quran Kuhusu Sanamu za Wakati wa Nuhu

Katika **Quran 71:21-23**, Nuhu anasema:
"Nuhu akasema, 'Mola wangu! Hakika wao wameniasi na wamemfuata yule ambaye mali na watoto wake havikumpa ila hasara. Nao wamefanya njama kubwa. Nao wakasema: 'Msiache miungu yenu; wala msiache Wadd, wala Suwa', wala Yaghuth, wala Ya'uq, wala Nasr.'"

✅ Hii inaonyesha kuwa sanamu hizi zilikuwepo tangu wakati wa Nuhu na kwamba watu wake waliabudu sanamu hizi.

📌 Swali kubwa ni: Ikiwa wote waliokufuru waliangamizwa na gharika, sanamu hizi ziliendeleaje kuwepo hadi enzi za Muhammad?

---

2. Makosa ya Kihistoria Katika Kutaja Sanamu za Kiarabu Kama za Enzi za Nuhu

Katika **Sahih Bukhari 6:60:442**, Ibn Abbas anaeleza kuwa sanamu hizi zilikuwa zikiabudiwa na makabila ya Waarabu katika karne ya 6 BK, kabla ya kuja kwa Uislamu:

"Sanamu zote zilizokuwa zikiabudiwa na watu wa Nuhu ziliabudiwa tena na Waarabu baadaye. Wadd aliabudiwa na kabila la Kalb huko Daumat-al-Jandal; Suwa alikuwa mungu wa kabila la Hudhail; Yaghouth aliabudiwa na kabila la Murad, kisha Bani Ghutaif huko Al-Jurf karibu na Saba; Yauq alikuwa mungu wa kabila la Hamdan, na Nasr aliabudiwa na kabila la Himyar, tawi la Dhi-al-Kala`."

✅ **Hii inaonyesha kuwa sanamu hizi zilihusiana na Waarabu wa Uislamu wa mapema, si watu wa enzi za Nuhu.**

📌 **Ikiwa sanamu hizi zilikuwepo wakati wa Nuhu, zinakuwaje sanamu za Kiarabu zilizokuwa maarufu miaka elfu kadhaa baadaye?**

---

3. Ushahidi wa Kiakiolojia Kuhusu Sanamu Hizi

🔴 **Sanamu hizi zinahusiana na Uarabuni kabla ya Uislamu, si zama za Nuhu.**

- **Sanamu ya Wadd** imethibitishwa kutoka kwenye maandishi ya Kiarabu Kusini yaliyopatikana Yemen na Saudi Arabia, yakionyesha kuwa iliabudiwa muda mfupi kabla ya Uislamu, lakini si wakati wa Nuhu.

- **Hakuna ushahidi wa kiakiolojia unaoonyesha kuwa sanamu hizi zilikuwepo kabla ya ustaarabu wa Kiarabu, au kuwa zilihusiana na jamii zilizotangulia kabla ya Waarabu wa kale.**
- **Hakuna ushahidi wa kimataifa unaothibitisha kuwa sanamu hizi ziliwahi kuabudiwa nje ya Uarabuni.**

📌 **Hii inathibitisha kuwa sanamu hizi zilikuwa ibada ya Waarabu wa kabla ya Uislamu na si sehemu ya historia ya ulimwengu wa wakati wa Nuhu.**

---

4. Hadithi za Kiislamu Kuhusu Asili ya Sanamu Hizi

🔘 **Hadithi zinadai kuwa sanamu hizi zilikuwa watu wema waliotukuzwa baada ya kifo chao**

Kwa mujibu wa **Sahih Bukhari 6:60:442**, Ibn Abbas anasema:

"Majina ya sanamu hizi hapo awali yalihusiana na watu wema wa zama za Nuhu, lakini Shetani aliwashawishi watu kuanzisha sanamu zao na baadaye kuziabudu."

✅ **Hii inaonyesha kuwa hadithi za Kiislamu zinakiri kuwa sanamu hizi zilikuja baadaye na zilibuniwa na watu wa baada ya Nuhu.**

📌 **Ikiwa sanamu hizi zilianzishwa na watu wa baadaye, kwa nini zinatajwa kama za wakati wa Nuhu katika Quran?**

---

5. Hitimisho: Makosa Makubwa Katika Quran Kuhusu Sanamu za Nuhu

📌 **Sanamu zilizotajwa katika Quran zilikuwa sanamu za Waarabu wa kabla ya Uislamu, si sanamu za watu wa enzi za Nuhu.**

📌 **Ikiwa sanamu hizi zilikuwepo wakati wa Nuhu, hazingebaki hadi enzi za Muhammad, kwani gharika iliwangamiza waliokufuru wote.**

📌 **Hakuna ushahidi wa kihistoria au wa kiakiolojia unaothibitisha kuwa sanamu hizi zilikuwepo nje ya Uarabuni au kabla ya ustaarabu wa Kiarabu.**

📌 **Maelezo ya Ibn Abbas yanathibitisha kuwa sanamu hizi zilikuwa sehemu ya ibada za Waarabu wa kabla ya Uislamu, na si za zama za Nuhu.**

● **Kwa hivyo, Quran inafanya kosa kubwa la kihistoria kwa kusema kuwa sanamu hizi zilikuwepo wakati wa Nuhu, ilhali ni sanamu za Uarabuni wa kabla ya Uislamu.**

SURA YA 19

Jina la Asili la Yohana Mbatizaji: Kosa la Kihistoria Katika Quran

Jina **"John"** linatokana na jina la Kiebrania **Yohanan** (**יוֹחָנָן**), ambalo linamaanisha **"Yahweh ni mwenye neema"**. Katika **Agano la Kale**, watu kadhaa walibeba jina hili, na linaonekana mara nyingi katika historia ya Kiyahudi kabla ya kuzaliwa kwa **Yohana Mbatizaji**.

Hata hivyo, **Quran inadai kuwa hakuna mtu aliyewahi kuitwa kwa jina hilo kabla ya Yohana Mbatizaji**, jambo ambalo linakinzana na ushahidi wa kihistoria na Biblia yenyewe.

Katika sehemu hii, tutaeleza:

1. **Madai ya Quran kuhusu jina la Yohana Mbatizaji**

2. **Ushahidi wa kihistoria unaoonyesha kuwa jina hili lilikuwepo kabla ya Yohana Mbatizaji**
3. **Ulinganisho kati ya simulizi ya Biblia na Quran kuhusu jina hili**
4. **Hitimisho kuhusu kosa la kihistoria katika Quran**

---

1. Madai ya Quran Kuhusu Jina la Yohana Mbatizaji

Katika **Quran 19:7**, inasema:
"(Akaambiwa): 'Ewe Zakariya! Hakika tunakupa habari njema ya mtoto wa kiume ambaye jina lake litakuwa Yahya. Hatujampa yeyote jina hilo kabla yake.'"
✅ **Quran inadai kuwa jina "Yahya" halikuwahi kutumiwa kabla ya Yohana Mbatizaji.**

📌 **Swali ni je, madai haya yana ukweli wa kihistoria?**

---

2. Ushahidi wa Kihistoria: Jina "Yohana" Lilikuwepo Kabla ya Yohana Mbatizaji

🔘 **Watu waliobeba jina "Yohanan" kabla ya Yohana Mbatizaji**
- **Yohanan, Kuhani Mkuu wa Israeli (karne ya 3 KK)**
- **Yohanan Maccabee, kiongozi wa Kiyahudi katika karne ya 2 KK**
- **John Hyrcanus (134–104 KK), mtawala na kuhani mkuu wa Wayahudi**

✅ **Jina Yohanan lilikuwepo muda mrefu kabla ya Yohana Mbatizaji, jambo linalopingana na madai ya Quran.**

📌 Ikiwa jina hili lilitumika katika historia kabla ya Yohana Mbatizaji, Quran imekosea kwa kusema hakuna aliyewahi kuitwa jina hilo kabla yake.

---

3. Ulinganisho Kati ya Biblia na Quran Kuhusu Jina la Yohana

Katika **Luka 1:61**, tunasoma kuhusu jina la Yohana Mbatizaji: *"Wakamwambia, 'Hakuna mtu yeyote katika jamaa yako mwenye jina hilo.'"*

✅ Biblia haidai kuwa jina hilo halikuwahi kutumika duniani, bali halikuwepo katika ukoo wa Zakaria.

📌 Hii ni tofauti kubwa na Quran, ambayo inasema kuwa jina "Yahya" halijawahi kutolewa kwa mtu yeyote kabla ya Yohana Mbatizaji, jambo ambalo linapingana na historia.

---

4. Makosa Makubwa Katika Quran Kuhusu Jina la Yohana Mbatizaji

📌 Jina "Yohanan" lilikuwepo muda mrefu kabla ya Yohana Mbatizaji, na linapatikana katika historia ya Kiyahudi.
📌 Quran imekosea kwa kudai kuwa hakuna mtu aliyewahi kuitwa jina hili kabla ya Yohana Mbatizaji.
📌 Biblia haidai kuwa jina "Yohana" halikuwepo, bali halikuwepo ndani ya familia ya Zakaria.
📌 Ushahidi wa kihistoria wa majina ya viongozi wa Kiyahudi kama Yohanan Maccabee na John Hyrcanus unaonyesha kuwa Quran imekosea.

● **Kwa hivyo, Quran imefanya kosa la kihistoria kwa kusema kuwa hakuna mtu aliyewahi kuitwa Yohana kabla ya Yohana Mbatizaji.**

Ubatizo wa Yohana Ulitoka Wapi? Swali kwa Waislamu

Moja ya maswali makubwa ambayo Waislam wanapaswa kujibu ni: **"Ubatizo wa Yohana ulitoka wapi?"**

- **Kwa mujibu wa Biblia**, ubatizo wa Yohana ulikuwa wa **kimungu** na ulikuwa **sehemu ya maandalizi ya ujio wa Masihi, Yesu Kristo**.
- **Kwa mujibu wa Quran**, jina la Yohana limebadilishwa kuwa "Yahya", na hakuna mahali popote Quran inazungumzia ubatizo wake au umuhimu wa huduma yake kama inavyofanya Biblia.

Hii inatuacha na maswali muhimu:

1. **Kama Yahya wa Quran ni Yohana wa Biblia, mbona Quran haizungumzii kazi yake ya kubatiza?**
2. **Kwa nini Waislam hawabatizwi ikiwa Yahya alikuwa Mtume wao?**
3. **Je, kuna aya yoyote ndani ya Quran inayoeleza ubatizo wa Yahya?**

Katika sehemu hii, tutaeleza:

1. **Jina la Yohana vs. Yahya: Je, Yahya ni Yohana wa Biblia?**
2. **Ubatizo wa Yohana kwa mujibu wa Biblia: Ulitoka kwa Mungu au kwa mwanadamu?**
3. **Quran haina ubatizo wa Yohana: Kosa kubwa la kihistoria?**
4. **Je, Waislam wanapaswa kubatizwa ikiwa Yahya alikuwa Mtume wao?**

1. Jina la Yohana vs. Yahya: Je, Yahya ni Yohana wa Biblia?

● **Katika Biblia, jina la Yohana ni يوحنا (Yohanan / ywhna)**, ambalo linamaanisha **"Yahweh ni mwenye neema"**.
✅ **Katika Kiarabu cha Biblia, jina lake bado ni "يوحنا" (ywhna), si Yahya.**

● **Katika Quran, jina limebadilishwa kuwa Yahya (يحيى), jina ambalo halina msingi wowote katika Kiebrania au maandiko ya kale.**

📌 **Hii inamaanisha kuwa jina "Yahya" ni jina jipya lililotungwa na Waislam, na si jina sahihi la kihistoria.**

Swali kwa Waislamu:

📌 **Kwa nini jina la Yohana limebadilishwa katika Quran wakati jina lake lilikuwa tayari linafahamika kwa Wayahudi na Wakristo?**

---

2. Ubatizo wa Yohana kwa Mujibu wa Biblia: Ulitoka Kwa Mungu au kwa Mwanadamu?

Katika **Mathayo 21:25**, Yesu aliuliza Mafarisayo swali gumu: *"Ubatizo wa Yohana ulitoka wapi? Ulitoka mbinguni, au kwa wanadamu?" Wakahojiana wao kwa wao, wakisema, 'Tukisema, Ulitoka mbinguni, atatuambia, Mbona basi hamkumwamini?'"*

☑ **Biblia inafundisha kuwa ubatizo wa Yohana ulitoka kwa Mungu, si kwa wanadamu.**

Katika **Luka 3:2-3**, Yohana anatambulishwa kama mtume aliyekuja kutayarisha njia kwa ajili ya Yesu:

"Neno la Mungu likamjia Yohana, mwana wa Zakaria, jangwani. Akapita katika nchi yote iliyo karibu na Yordani, akihubiri ubatizo wa toba kwa ondoleo la dhambi."

Biblia inamtambulisha Yohana kama nabii wa Mungu aliyeleta ubatizo kwa mapenzi ya Mungu.

Swali kwa Waislamu:

Ikiwa Yohana alikuwa Mtume wa Mungu, kwa nini hakuna aya ndani ya Quran inayothibitisha ubatizo wake?

---

3. Quran Haina Ubatizo wa Yohana: Kosa Kubwa la Kihistoria?

Quran inamtaja Yahya kama mtume, lakini haimtambui kama mbatizaji.
Katika **Quran 19:7**, inasema:

"(Akaambiwa): 'Ewe Zakariya! Hakika tunakupa habari njema ya mtoto wa kiume ambaye jina lake litakuwa Yahya. Hatujampa yeyote jina hilo kabla yake.'"

Tatizo ni kwamba Yohana alikuwa na huduma ya kubatiza, lakini Quran haimtaji hata kidogo akifanya hivyo.

Ikiwa Yahya wa Quran ni Yohana wa Biblia, mbona Quran haimtaji akifanya kazi yake muhimu ya kubatiza?

Swali kwa Waislamu:

Je, kuna aya yoyote ndani ya Quran inayoeleza ubatizo wa Yahya? Kama hakuna, kwanini?

---

4. Je, Waislam Wanapaswa Kubatizwa Ikiwa Yahya Alikuwa Mtume Wao?

Ikiwa Yahya alikuwa Mtume wa Mungu kama Quran inavyodai, mbona Waislam hawafuati mafundisho yake kuhusu ubatizo?

Kwa mujibu wa Biblia, Yohana aliwabatiza watu wote waliomwamini, na hata Yesu alibatizwa (Mathayo 3:13-17).

- **Ikiwa Waislamu wanadai kuwa Yohana alikuwa Muislamu, mbona hawabatizwi?**
- **Kama Uislamu ni dini ya mitume wote, mbona Muhammad hakufufua desturi ya ubatizo iliyoanzishwa na "Mtume Yahya"?**
- **Kwa nini hakuna aya ndani ya Quran inayokataa au kuthibitisha ubatizo wa Yahya?**

☑ **Biblia inasema kwamba ubatizo ni sehemu ya wokovu (Warumi 6:3-4), lakini Quran haisemi chochote kuhusu ubatizo wa Yahya au umuhimu wa ubatizo.**

Swali kwa Waislamu:

Kama Yahya alikuwa nabii wa Uislamu, mbona hamfuati mafundisho yake ya ubatizo?

Quran Imekosea Kuhusu Yohana Mbatizaji

📌 Jina "Yohana" ni Yohanan (יוֹחָנָן) katika Kiebrania, lakini Quran inaliita "Yahya," jina lisilo na msingi wa kihistoria.
📌 Biblia inathibitisha kuwa Yohana alikuwa mtumishi wa Mungu aliyehubiri ubatizo wa toba, lakini Quran haina rekodi ya ubatizo wake.
📌 Ikiwa Yahya wa Quran ni Yohana wa Biblia, mbona Quran haimtambui kama mbatizaji?
📌 Kwa nini Waislam hawabatizwi ikiwa wanadai kuwa Yahya alikuwa mtume wao?
📌 Hakuna aya ndani ya Quran inayoeleza au kupinga ubatizo wa Yahya, jambo linaloonyesha kuwa Yahya wa Quran si Yohana wa Biblia.
● Kwa hivyo, Yahya wa Quran si Yohana wa Biblia, bali ni jina bandia lililobuniwa na Muhammad ili kuficha ukweli wa kihistoria.

16.28. Ubatizo wa Yohana na Yahya wa Qur'an: Utofauti wa Kimsingi

Moja ya **tofauti kubwa kati ya Biblia na Qur'an** ni jinsi inavyomweleza **Yohana Mbatizaji** (John the Baptist) dhidi ya jinsi **Qur'an inavyomweleza Yahya**. Katika **Biblia**, Yohana alikuwa **nabii wa Mungu aliyehubiri toba na kubatiza watu kwa maji** ili kuwaandaa kwa ujio wa Yesu Kristo.

📖 Biblia inasema:

"Ubatizo wa Yohana ulitoka wapi? Ulitoka mbinguni, au kwa wanadamu? Wakahojiana wao kwa wao, wakisema, Tukisema, 'Ulitoka mbinguni', atatuambia, 'Mbona basi hamkumwamini?'" (**Mathayo 21:25**)

🕮 **Katika Biblia ya Kiarabu, jina lake ni يوحنا (Yuhanna), si Yahya.**

● **Swali kwa Waislamu:**

- **Kama Yahya wa Qur'an ndiye Yohana wa Biblia, mbona hakuna aya yoyote inayozungumzia ubatizo wake?**
- **Kama alikuwa nabii wa Mungu, kwa nini Waislamu hawafuati desturi yake ya ubatizo?**

16.29. Jina la "Yahya" Katika Qur'an: Lilitoka Wapi?

🕮 **Qur'an inasema:**
"(Ilisemwa kwake): Ewe Zakaria! Tunakuletea habari njema ya mtoto ambaye jina lake litakuwa Yahya. Hatukumpa yeyote jina kama hilo kabla yake."
(**Qur'an 19:7**)

● **Tatizo:**

1. **Hakuna ushahidi wa kihistoria kwamba mtu wa kwanza kuitwa "Yahya" alikuwa Yohana Mbatizaji.**
2. **Biblia inamtaja kama Yohana (Yohanan kwa Kiebrania), na jina hili lilikuwepo muda mrefu kabla ya kuzaliwa kwa Yohana Mbatizaji.**
3. **Katika Biblia ya Kiarabu, jina lake ni يوحنا (Yuhanna), si Yahya.**

🔍 **Maswali kwa Waislamu:**

- **Kama Yahya wa Qur'an ndiye Yohana wa Biblia, kwa nini Qur'an inasema jina lake halikuwahi kutolewa kwa mtu mwingine kabla yake?**

- **Ikiwa ni nabii wa kweli, mbona hakuanzisha utamaduni wa ubatizo kwa Waislamu?**

16.30. Ubatizo wa Yohana: Ulitoka Kwa Mungu au Mwanadamu?

📖 **Biblia inafundisha wazi kwamba ubatizo wa Yohana ulitoka kwa Mungu:**
"Yohana alikuja, akibatiza nyikani, na kuhubiri ubatizo wa toba kwa ondoleo la dhambi."
(**Marko 1:4**)

📖 **Yesu mwenyewe alibatizwa na Yohana:**

"Na Yesu, alipokwisha kubatizwa, mara akapanda kutoka majini; na tazama, mbingu zikamfungukia, akamwona Roho wa Mungu akishuka kama hua, akija juu yake."

(**Mathayo 3:16**)

● **Tatizo la Qur'an:**

1. **Hakuna aya inayothibitisha kuwa Yahya alibatiza watu.**
2. **Ikiwa Yahya alikuwa nabii wa kweli, kwa nini Waislamu hawabatizwi?**
3. **Kwa nini hakuna rejeo la ubatizo katika mafundisho ya Uislamu?**

📌 **Biblia inasema:**

"Ama hamjui kuwa sote tuliobatizwa katika Kristo Yesu tulibatizwa katika kifo chake? Hivyo tulizikwa pamoja naye kupitia ubatizo katika

wafu na kama Kristo alivyofufuka kwa utukufu wa Mungu nasi tuishi maisha mapya."

(Warumi 6:3-4)

🔴 **Maswali kwa Waislamu:**

- **Ikiwa Yahya alikuwa nabii wa kweli wa Uislamu, kwa nini hakuhubiri ubatizo?**
- **Kwa nini hakuna mafundisho ya ubatizo ndani ya Qur'an?**

16.31. Ubatizo Katika Uislamu: Kwanini Haumo?

📜 **Katika Uislamu, hakuna mafundisho rasmi ya ubatizo.**
🔎 **Tofauti kati ya Uislamu na Ukristo kuhusu ubatizo:**

Dini	**Msimamo wa Ubatizo**
Ukristo	Tendo la toba na kujitoa kwa Mungu
Uislamu	Haipo kabisa katika mafundisho yao

🔴 **Tatizo:**

1. **Ikiwa Yahya alikuwa mtume wa Uislamu, kwa nini desturi yake ya ubatizo haipo katika mafundisho ya Kiislamu?**
2. **Kwa nini Qur'an haizungumzii ubatizo hata mara moja?**

📖 **Biblia inathibitisha kuwa ubatizo ulikuwa sehemu muhimu ya huduma ya Yohana:**

"Nami sikumjua; lakini Yeye aliyenituma kubatiza kwa maji, aliniambia, Yeye utakayemwona Roho akishuka na kukaa juu yake, huyo ndiye abatizaye kwa Roho Mtakatifu."

(Yohana 1:33)

Hitimisho:

- **Hakuna ushahidi kwamba Yahya wa Qur'an ni Yohana wa Biblia.**
- **Ubatizo ni sehemu muhimu ya Ukristo lakini haumo katika Uislamu.**

16.32. Ubatizo wa Yohana na Utambulisho wa Yesu

Yesu alipokea ubatizo ili kutimiza mapenzi ya Mungu:
"Lakini Yesu akajibu akamwambia, 'Kubali hivi sasa; kwa kuwa ndivyo itupasavyo kuitimiza haki yote.' Basi akamkubali."

(Mathayo 3:15)

Maswali kwa Waislamu:

- **Kama ubatizo ni njia ya haki, kwa nini Uislamu hauufundishi?**
- **Kwa nini Qur'an haitambui ubatizo kama sehemu ya ibada?**

16.33. Uthibitisho wa Kihistoria na Ulinganisho wa Majina

📜 **Katika historia ya Kiyahudi na Kikristo, Yohana ni jina linalojulikana sana, lakini Yahya halijulikani kabla ya Qur'an.**
🔍 **Ulinganisho wa majina katika lugha tofauti:**

Lugha	**Jina la Yohana**
Kiebrania	Yohanan (יוֹחָנָן)
Kiaramu	Yuhanna (ܝܘܚܢܢ)
Kigiriki	Ioannes (Ιωάννης)
Kiingereza	John
Kiarabu cha Biblia	يوحنا (Yuhanna)
Kiarabu cha Qur'an	يحيى (Yahya)

● **Tatizo:**

- **Kwa nini jina lake limebadilishwa kutoka Yuhanna hadi Yahya?**
- **Ikiwa Yahya ndiye Yohana wa Biblia, kwa nini jina lake ni tofauti kabisa?**

16.34. Hitimisho la Jumla

📌 **Qur'an inamtaja Yahya kama mtu wa kipekee, lakini hakuna ushahidi kuwa alikuwa Yohana wa Biblia.**
📌 **Ubatizo ni sehemu muhimu ya huduma ya Yohana wa Biblia, lakini haupo kabisa katika Uislamu.**
📌 **Hakuna aya ya Qur'an inayozungumzia ubatizo, ingawa Yesu mwenyewe alibatizwa.**

Jina la "Yahya" ni tofauti na "Yohana", na halikuwahi kuwepo kabla ya Uislamu.

Hitimisho:

Yohana wa Biblia sio Yahya wa Qur'an. Qur'an inamtaja mtu bandia aliyepewa jina tofauti, huku ikifuta kazi muhimu ya Yohana wa Biblia, yaani ubatizo.

SURA YA 20

Kusulubiwa Katika Misri ya Kale na Wafalme wa Israeli Kabla ya Israeli: Makosa ya Kihistoria Katika Quran

Katika simulizi za **Quran**, kuna upotoshaji wa mfululizo wa matukio ya kihistoria, hasa kuhusu historia ya Israeli na Misri ya kale. **Musa** anatajwa kama mwanzilishi wa Israeli, lakini kuna makosa ya mpangilio wa kihistoria na mchanganyiko wa hadithi zinazoonyesha kwamba Muhammad hakuwa na uelewa wa kina wa historia ya Wayahudi.

Kwa mujibu wa **Durie (2018)** katika kitabu chake *The Qur'an and Its Biblical Reflexes*, Quran inarudia simulizi za Biblia lakini bila kuzingatia mlolongo wa matukio, jambo linaloashiria kwamba chanzo cha habari za Muhammad kilikuwa **simulizi za mdomo badala ya usomaji wa kina wa Biblia**.

Katika sehemu hii, tutaeleza:

1. **Kusulubiwa katika Misri ya Kale: Makosa ya kihistoria katika Quran**
2. **Wafalme wa Israeli Kabla ya Israeli: Makosa ya mpangilio wa matukio katika Quran**
3. **Ushahidi wa kihistoria na wa kiakiolojia unaopingana na simulizi za Quran**
4. **Hitimisho: Upotoshaji wa historia ya Wayahudi katika Quran**

---

1. Kusulubiwa Katika Misri ya Kale: Makosa ya Kihistoria Katika Quran

Quran inadai kuwa **kusulubiwa (crucifixion) kulikuwepo wakati wa Firauni** katika Misri ya Kale, jambo ambalo linakinzana na ushahidi wa kihistoria.

Katika **Quran 12:41**, Yusuf anasema:

"Ewe mwenza wangu wa gerezani, mmoja wenu atamnywesha mfalme divai; lakini mwingine atasulubiwa, na ndege watakula kutoka kichwani mwake. Hukumu imekwisha kutolewa juu ya jambo mliloulizia."

Katika **Quran 20:71**, Firauni anawaambia wachawi wake baada ya kuamini ujumbe wa Musa:

"(Firauni) akasema: 'Mmemwamini kabla sijawaruhusu? Hakika yeye ndiye mkuu wenu aliyewafundisha uchawi. Sasa nitawakata mikono na miguu yenu kwa kupishana na nitawasulubisha kwenye vishina vya mitende, na mtajua ni nani aliye na adhabu kali na ya kudumu zaidi.'"

☑ Hii inaonyesha kuwa Quran inadai kuwa kusulubiwa (crucifixion) ilikuwa adhabu ya kawaida wakati wa Firauni.

Ukweli wa Kihistoria:

- **Hakuna ushahidi wowote wa kihistoria unaoonyesha kuwa Misri ya kale ilitumia kusulubiwa kama njia ya adhabu.**
- **Kusulubiwa kama adhabu ya kifo kulianza kutumika na Waajemi mwanzoni mwa karne ya 6 KK (karibu miaka 1000 baada ya Musa).**
- **Wagiriki na Warumi walikuja kuitumia baadaye, Warumi wakiiendeleza kama adhabu ya hadharani.**

Kwa hivyo, Quran imekosea kihistoria kwa kudai kuwa kusulubiwa kulikuwepo wakati wa Misri ya kale.

---

2. Wafalme wa Israeli Kabla ya Israeli: Makosa ya Mpangilio wa Matukio Katika Quran

Katika **Quran 5:20-21**, Musa anawaambia watu wa Israeli:

"Na Musa alipowaambia watu wake: 'Enyi watu wangu! Kumbukeni neema ya Mwenyezi Mungu juu yenu alipowafanya kati yenu kuwa manabii na akawafanya kuwa wafalme na akakupeni yale ambayo hakuwa amempa yeyote kati ya walimwengu. Enyi watu wangu! Ingieni katika ardhi takatifu ambayo Mwenyezi Mungu amewapeni, wala msirudi nyuma, la sivyo mtageuka mkawa wenye khasara.'"

Tatizo Kuu:

- **Musa anawataja Waisraeli kuwa walikuwa na manabii na wafalme kabla ya kuingia Kanaan.**

- Kwa mujibu wa Biblia, taifa la Israeli lilipata wafalme muda mrefu baada ya Musa, wakati wa Mfalme Sauli (karibu 1050 KK), zaidi ya miaka 300 baada ya Musa.
- Hakuna ushahidi wa kifalme wa Israeli uliokuwepo kabla ya kuingia kwao Kanaan, kwa sababu mfumo wa kifalme ulianzishwa baadaye.

📌 Kwa hivyo, Quran inakosea kihistoria kwa kusema kuwa kulikuwa na wafalme wa Israeli kabla ya taifa la Israeli hata kuanzishwa.

---

3. Ushahidi wa Kihistoria na Kiakiolojia Unaopingana na Simulizi za Quran

🔘 Hakuna Ushahidi wa Kihistoria Unaothibitisha Wafalme wa Israeli Wakati wa Musa

- Rekodi za Misri ya kale hazionyeshi kuwepo kwa taifa la Israeli wakati wa Musa.
- Hakuna ushahidi wa kifalme wa Israeli kabla ya kuanzishwa kwa mfumo wa kifalme wakati wa Sauli.

🔘 Hakuna Ushahidi wa Kiakiolojia wa Kusulubiwa Katika Misri ya Kale

- Utafiti wa kiakiolojia unaonyesha kuwa Misri ilitumia njia nyingine za adhabu kama kupiga viboko, kunyofoa pua, na kuwapeleka wafungwa kufanya kazi ngumu.
- Hakuna ushahidi wa kiakiolojia unaothibitisha kuwa kusulubiwa kulikuwepo wakati wa Misri ya kale.

📌 Hii inamaanisha kuwa Quran imefanya makosa ya kihistoria katika kueleza historia ya Israeli na Misri.

4. Hitimisho: Upotoshaji wa Historia ya Wayahudi Katika Quran

📌 Quran inadai kuwa kusulubiwa kulikuwepo wakati wa Firauni, lakini ushahidi wa kihistoria unaonyesha kuwa adhabu hii haikuwahi kutumiwa na Wamisri wa kale.
📌 Quran inasema kuwa Israeli walikuwa na wafalme kabla hata ya kuingia katika nchi yao, lakini historia inaonyesha kuwa mfumo wa kifalme wa Israeli ulianza miaka 300 baada ya Musa.
📌 Hakuna ushahidi wa kihistoria au kiakiolojia unaothibitisha kuwa Israeli walimiliki ardhi ya Misri baada ya Firauni kuzama baharini.
📌 Kwa hivyo, Quran imechanganya historia na kufanya makosa makubwa ya mpangilio wa matukio.

🔘 Kwa hivyo, ushahidi wa kihistoria unaonyesha kuwa Quran haikuwa rekodi sahihi ya kihistoria kuhusu Waisraeli au Wamisri wa kale.

SURA YA 21

Je, Kila Taifa Lilipata Mtume wa Kiislamu? Kosa la Kihistoria Katika Quran

Katika **Quran**, tunafundishwa kuwa kila taifa au watu (umma) walipata **mjumbe au nabii wa Kiislamu** aliyekuja kuwaonya na kuwafundisha kumwabudu Allah.

Katika **Quran 16:36**, inasema:

"Na kwa yakini, tulimtuma kwa kila taifa mjumbe (akisema), 'Mwabuduni Mwenyezi Mungu na jiepusheni na ṭāghūt (miungu ya uongo).' Na miongoni mwao walikuwa wale ambao Mwenyezi Mungu aliwaongoza, na miongoni mwao walikuwa wale ambao walistahili kupotea. Basi tembeeni katika ardhi na tazameni jinsi mwisho wa wale waliokataa ulikavyokuwa."

Katika **Quran 35:24**, inasema:

"Hakika tumekutuma kwa haki kama mbashiri na mwonyaji. Na hakuna taifa lolote isipokuwa limepata mwonyaji miongoni mwao."

✅ **Madai haya yana maana kwamba hakuna watu waliowahi kuachwa bila mjumbe wa Allah kuwafundisha monotheism (kumwabudu Mungu mmoja).**

📌 **Hata hivyo, ushahidi wa kihistoria na kiakiolojia hauungi mkono dhana hii.**

Katika sehemu hii, tutaeleza:

1. **Madai ya Quran kuhusu kila taifa kuwa na mjumbe wa Kiislamu**
2. **Uchambuzi wa kihistoria: Kwa nini makosa haya yako wazi?**
3. **Kutokuwepo kwa dalili za mitume wa Kiislamu katika historia ya dunia**
4. **Hukumu kwa mataifa ambayo hayakupata ujumbe?**
5. **Hitimisho: Kwa nini Quran ina makosa kuhusu historia ya mitume duniani?**

---

1. Madai ya Quran Kuhusu Kila Taifa Kupata Mjumbe

Kwa mujibu wa Quran:

- Kila **umma** (taifa) lilipata mjumbe wa Allah kuwafundisha kumwabudu Mungu mmoja.
- Wakati mwingine, Allah aliwatuma **manabii zaidi ya mmoja kwa watu fulani** (Quran 36:14).
- **Sulayman** na **Dhul-Qarnayn** wanatajwa kama wafalme wenye nguvu waliotumwa na Allah (Quran 38:35, Quran 18:84).

📌 **Swali ni je, kuna ushahidi wowote wa kihistoria unaounga mkono madai haya?**

---

2. Uchambuzi wa Kihistoria: Kwa Nini Makosa Haya Yako Wazi?

🔘 **Ushahidi wa kihistoria unaonyesha kuwa karibu tamaduni zote za kale zilikuwa za kipagani.**

- **Misri ya Kale** – waliabudu miungu kama Ra, Osiris, na Anubis.
- **Babeli na Mesopotamia** – waliabudu miungu kama Marduk na Ishtar.
- **Wagiriki wa Kale** – waliabudu Zeus, Athena, na miungu mingine.
- **Waroma wa Kale** – waliabudu Jupiter, Mars, na Diana.
- **Wahindi wa Kale** – waliabudu Vishnu, Shiva, na Brahma.
- **Wachina wa Kale** – waliabudu miungu ya Taoism, Confucianism, na mizimu ya mababu.
- **Wayahudi** – walipokea monotheism, lakini hata wao walivunjika na kuabudu sanamu mara nyingi.

✅ **Kwa hivyo, hakuna ushahidi wowote wa kihistoria unaoonyesha kuwa tamaduni zote za kale zilipata mitume wa Kiislamu wanaofundisha monotheism.**

📌 **Ikiwa kila taifa lilipata mjumbe, mbona historia inathibitisha kuwa tamaduni zote za kale zilikuwa za kipagani?**

---

3. Kutokuwepo kwa Dalili za Mitume wa Kiislamu Katika Historia ya Dunia

Hakuna rekodi yoyote ya kihistoria inayoonyesha kuwa viongozi wa kale waliwahi kutangaza ujumbe wa kumwabudu Allah peke yake.

- **Hakuna mitume waliotajwa katika maandishi ya kale ya China, India, Misri, au Ulaya.**
- **Hakuna ushahidi wa mafunzo ya Kiislamu kutoka kwa watawala wa zamani kama Suleiman au Dhul-Qarnayn (ambaye anaonekana kuwa ni Alexander the Great).**
- **Hakuna maandishi ya kale yanayosema kuwa watu wa Kiasia, Waafrika wa Kati, Waaborijini wa Australia, au Wamarekani wa asili waliwahi kupokea mitume wa Kiislamu.**

Hili linazua maswali makubwa kwa madai ya Quran.

---

4. Hukumu kwa Mataifa Ambayo Hayakupata Ujumbe?

Katika **Quran 51:56**, Allah anasema:
"Sikuwaumba majini na wanadamu ila waniabudu mimi."

Ikiwa lengo la wanadamu wote ni kumwabudu Allah, mbona watu wengi hawakupokea ujumbe wa Kiislamu?

- **Je, Allah aliamua kuwaacha watu wa tamaduni nyingi za kale kuangamia bila mjumbe wa Kiislamu?**

- Kwa nini Quran inamtaja Ibrahim, Musa, na Isa lakini haisemi chochote kuhusu tamaduni nyingine kubwa duniani?
- Je, ni haki kwa mataifa mengi kuhukumiwa kwa kukosa ujumbe ambao hayakuwahi kupokea?

📌 Hii inazua tatizo kubwa la kimaadili kwa Uislamu.

---

5. Hitimisho: Kwa Nini Quran Ina Makosa Kuhusu Historia ya Mitume Duniani?

📌 Quran inadai kuwa kila taifa lilipata mjumbe wa Kiislamu, lakini historia inathibitisha kuwa karibu tamaduni zote zilikuwa za kipagani.

📌 Hakuna ushahidi wa kihistoria au wa kiakiolojia unaothibitisha kuwa mitume wa Kiislamu waliwahi kutumwa kwa mataifa kama China, India, Ulaya, Afrika, au Amerika kabla ya Uislamu.

📌 Ikiwa mitume hawa walikuwepo, mbona hakuna rekodi zozote za wao kufundisha monotheism?

📌 Ukweli kwamba Quran inataja tu manabii wa Kiyahudi na wale wa Kiarabu (Hud, Salih, na Shu'aib) inaonyesha kuwa ilibuniwa na mtu mwenye ujuzi mdogo wa historia ya dunia.

● Kwa hivyo, ushahidi wa kihistoria unaonyesha kuwa madai ya Quran kwamba kila taifa lilipata mjumbe wa Kiislamu si ya kweli.

SURA YA 22

Ufalme Ulioyopotea wa Sulayman: Makosa ya Kihistoria Katika Quran

Katika **Quran**, inasimuliwa kuwa Mtume **Sulayman** (jina la Kiarabu la **Solomon** kutoka Biblia ya Kiebrania) alikuwa mfalme mwenye nguvu sana, aliyepewa **ufalme wa kipekee** ambao hautapewa yeyote baada yake.

Katika **Quran 38:35**, Sulayman anaomba:

"Akasema: Mola wangu! Nisamehe, na unipe ufalme ambao hautakuwa wa yeyote baada yangu. Hakika Wewe ndiye Mwenye kutoa."

🔘 **Quran inaeleza kuwa Sulayman alikuwa na:**

- **Jeshi la majini na ndege**, na angeweza kuwasiliana nao (Quran 27:16).

- **Nguvu za kusafiri kwa kasi isiyo ya kawaida**, mfano "kwa kufumba na kufumbua" (Quran 27:38-40).
- **Uwezo wa kuamrisha majini kujenga majengo na mahekalu makubwa** (Quran 34:12-13).
- **Uwezo wa kutawala maeneo mbalimbali**, akiwemo **Malkia wa Sheba (Yemen)** (Quran 27:38-44).

📌 **Swali linazuka: Ikiwa Sulayman alikuwa na ufalme mkubwa kiasi hicho, mbona hakuna ushahidi wa kihistoria wa kuwepo kwake au wa ustawi wa taifa lake?**

Katika sehemu hii, tutaeleza:

1. **Madai ya Quran kuhusu Ufalme wa Sulayman**
2. **Ukosefu wa Ushahidi wa Kihistoria na Kiakiolojia wa Ufalme wa Sulayman**
3. **Mitazamo ya Wataalamu wa Kihistoria na Kiakiolojia kuhusu Sulayman**
4. **Ulinganisho wa Ufalme wa Sulayman na Milki Kuu za Baadaye**
5. **Hitimisho: Kwa nini Ufalme wa Sulayman kama ulivyoelezwa katika Quran haukubaliki kihistoria?**

---

1. Madai ya Quran Kuhusu Ufalme wa Sulayman

✅ **Quran inaeleza kuwa Sulayman alipewa ufalme usiokuwa na mfano.**

Katika **Quran 27:16**, inasema:

"Na Suleiman alimrithi Daudi, naye akasema: 'Enyi watu! Tumefundishwa usemi wa ndege, na tumepewa kila kitu. Hakika hii ni fadhila iliyo dhahiri.'"

🔘 **Katika Quran 34:12-13, majini wanatajwa kuwa waliamrishwa na Sulayman kujenga majengo makubwa:**

"Na kwa Suleiman tuliifanya upepo iwe ya dhoruba, ikatembea kwa amri yake kuelekea ardhi tuliyoibariki. Na tukawapa baadhi ya majini wakafanya kazi mbele yake kwa idhini ya Mola wake, na yeyote kati yao aliyetoka nje ya amri yetu tulimwonjesha adhabu ya moto mkali."

📌 **Kwa hivyo, Quran inadai kuwa Sulayman alitawala ufalme mkubwa, wenye jeshi la majini na ndege, alisafiri kwa kasi isiyo ya kawaida, na alijenga majengo makubwa sana.**

---

2. Ukosefu wa Ushahidi wa Kihistoria na Kiakiolojia wa Ufalme wa Sulayman

🔘 **Tatizo kubwa ni kwamba hakuna ushahidi wa kiakiolojia unaoonyesha uwepo wa ufalme wenye nguvu kama huu.**

- **Hakuna mabaki ya jiji kubwa au jengo lolote la kipekee lililojengwa kwa uwezo wa majini.**
- **Hakuna maandishi ya kihistoria kutoka kwa majirani wa Israeli, kama Wamisri, Wababiloni, na Wafinisia, yanayomtaja Sulayman kama mfalme mwenye nguvu.**
- **Hakuna ushahidi wa usanifu wa kipekee wa majengo yaliyoundwa na nguvu za ajabu kama zinavyotajwa kwenye Quran.**

📌 **Hili ni tatizo kubwa kwa sababu tawala kubwa za kihistoria kama Wamisri, Wababiloni, na Waashuru ziliweka**

kumbukumbu za wafalme wao. Lakini hakuna hata moja inayomtaja Sulayman.

---

3. Mitazamo ya Wataalamu wa Kihistoria na Kiakiolojia Kuhusu Sulayman

● **Aren Maeir, mtaalamu wa kiakiolojia wa Israeli, anasema:**

"Hakuna ushahidi wa kiakiolojia unaoonyesha kuwa Ufalme wa Daudi na Suleiman ulikuwa mkubwa kama inavyosemwa katika Biblia. Hatuoni majengo makubwa, maandiko, au miundo yoyote inayounga mkono hili."

● **Katika kitabu chake *The Bible Unearthed*, Profesa Israel Finkelstein wa Chuo Kikuu cha Tel Aviv anasema:**

"Uchunguzi wa kiakiolojia umeonyesha kuwa hadithi za Biblia, zikiwemo zile za Ufalme wa Suleiman, ni za kufikirika zaidi kuliko historia halisi."

📌 **Kwa hivyo, wataalamu wa historia na kiakiolojia hawakubali kuwa Sulayman alikuwa na ufalme wenye nguvu kama inavyoelezwa kwenye Quran au hata Biblia.**

---

4. Ulinganisho wa Ufalme wa Sulayman na Milki Kuu za Baadaye

Ikiwa Quran inadai kuwa **ufalme wa Sulayman hauwezi kufikiwa na yeyote baadaye**, basi tunapaswa kuuliza:

📌 Kwa nini tuna ushahidi mwingi wa milki kubwa zilizofuata lakini si ya Sulayman?

✅ Milki kubwa za kihistoria ambazo zina ushahidi wa kutosha wa kuwepo kwao ni pamoja na:

- Dola ya Warumi
- Dola ya Uislamu (Abbasid, Umayyad, Ottoman)
- Dola ya Waingereza
- Dola ya Kirusi
- Milki ya Wamongolia chini ya Genghis Khan
- Dola ya China (Ming, Qing, Han, Tang, Song, Yuan, n.k.)

● Milki hizi zilikuwa na rekodi za maandishi, majengo makubwa, na ushahidi wa kiakiolojia. Lakini hakuna ushahidi wa Ufalme wa Sulayman unaokaribia kiwango hiki.

📌 Kwa hivyo, madai ya Quran kuwa Sulayman alikuwa na ufalme wa kipekee hayawezi kuwa sahihi kihistoria.

---

5. Kwa Nini Ufalme wa Sulayman Kama Ulivyoelezwa Katika Quran Haikubaliki Kihistoria?

📌 Quran inadai kuwa Sulayman alikuwa na ufalme mkubwa zaidi ya wowote utakaokuja, lakini hakuna ushahidi wa kihistoria au kiakiolojia unaothibitisha hili.
📌 Hakuna maandiko ya kihistoria kutoka kwa majirani wa Israeli yanayomtaja kama mfalme mwenye nguvu.
📌 Uchunguzi wa kiakiolojia haujaonyesha majengo makubwa au miji yenye maendeleo makubwa inayohusiana na utawala wa Sulayman.

Wataalamu wa historia na kiakiolojia wanakubaliana kuwa Ufalme wa Sulayman haukuwahi kuwa mkubwa au wa kustaajabisha kama inavyodaiwa.
Milki kubwa zilizokuja baada ya Sulayman, kama Warumi, Waingereza, na Wamongolia, zina ushahidi mwingi wa kuwepo kwao, lakini Ufalme wa Sulayman hauna ushahidi wowote.

Kwa hivyo, madai ya Quran kuhusu Ufalme wa Sulayman ni hadithi isiyo na msingi wa kihistoria.

SURA YA 23

Yesu wa Kihistoria

Qur'ani ina viashiria kuhusu Yesu (anayeitwa Isa katika Uislamu), inamtambua kama mtume wa Allah na Masihi. Tofauti na Biblia ya Kikristo, Qur'ani inamwonesha Yesu kama binadamu sawa na mitume wengine, si mwana wa Mungu (kwa mfano, Quran 4:171, Quran 17:111 na Quran 2:116). Pia, Qur'ani inadai kuwa Yesu hakusulubiwa (Quran 4:157).

Qur'ani inasema kuwa Yesu alihubiri Injili (Injeel), lakini inaonyesha kuwa imeharibiwa, na ingawa maana ya hili inajadiliwa (angalia: Qur'ani, Hadithi na Wasomi: Uharibifu wa Maandiko ya Zamani), mtazamo wa kawaida wa Sunni ni kwamba Maandiko ya Kikristo (yanayojulikana kama Agano Jipya ambalo linajumuisha 'Injili' nne) hayaonyeshi mafundisho ya awali ya Yesu ya Kiislamu.

Wakati Waislamu wanapinga mtazamo wa Kikristo kuhusu Yesu kwa misingi ya kidini, utafiti wa kibiblia wa kisekula (ambao ni tofauti na masomo ya Kiislamu) pia umekuwa ukijaribu kurekebisha Yesu wa kihistoria kupitia mbinu za kiuchunguzi badala ya zile zinazotegemea imani, ambapo matokeo yake yanatofautiana sana na picha ya Yesu katika Qur'ani.

Mhubiri wa Apokalipsi aliye Karibu

Uchambuzi wa vyanzo vilivyoandikwa karibu na maisha ya Yesu, umepelekea makubaliano kwamba Yesu na wafuasi wake wa awali walikuwa wanaamini kuwa 'apokalipsi', yaani siku ya hukumu kama inavyoelezwa katika Uislamu, ingefanyika wakati wa maisha yake.

Kama alivyosema mchambuzi wa biblia Albert Schweitzer katika kazi yake maarufu ya mwaka 1906, *The Quest of the Historical Jesus*, unabii wa Yesu kuhusu mwisho wa dunia haukuwa jambo la kawaida au la kidogo, bali lilikuwa sehemu kuu ya mafundisho yake. Hadi katika maandiko ya baadaye ndipo ujumbe huu ulianza kubadilishwa kuwa ufalme wa dunia kwa wale watakaoshiriki katika mafundisho ya Yesu, wakiamini wokovu na ufufuo; yaani, vitabu vya baadaye katika Agano Jipya ndivyo vilivyokuwa vikirekebisha ujumbe huu wa apokalipsi kuwa kurejea kwa Yesu, kwa kuwa mwisho haukutokea kama ulivyotarajiwa, hivyo kuweka tafsiri ya kiroho ya "Ufalme wa Mungu." Hii tafsiri mpya inachukuliwa kama jaribio la kulinganisha imani za Kikristo za awali na ukweli kwamba ulimwengu haukuisha kama ilivyotarajiwa.

Yesu alikadiriwa kuwa aliishi kati ya kabla ya takriban 4Kabla ya Kristo (BCE), na kufa karibu na mwaka 30 BK (kwa ajili ya kusulubiwa kwake). Vitabu vinavyounda Agano Jipya, vinavyoelezea maisha na mafundisho ya Yesu, (na ambavyo Wakristo wanavyoviamini kuwa ni maandiko ya kiungu kuhusu mafundisho yake, kifo chake na wokovu) vingi vinakubaliana kuwa vilikuwa vimeandikwa kwa mpangilio wa barua saba za awali za Paulo zikifuatiwa na Injili ya kwanza, Marko (~C. 70 BK), barua mbili nyingine zisizo halali kutoka kwa Paulo, zikifuatiwa na Injili ya Mathayo na Injili ya Luka, (zote ~80-90 BK), barua zingine tano zisizo halali zinazohusishwa na Paulo, zikifuatiwa na Injili ya Yohana (~90-100 BK), na Kitabu cha Ufunuo na barua kadhaa zaidi baada ya hayo.

Maandishi ya Paulo kuhusu Apokalipsi

Mwanazuoni wa Agano Jipya, Bart Ehrman, pia anaporipoti kuwa wingi wa wasomi wa kibiblia wanadhani kuwa kulikuwa na Injili ya kale ambayo ilipotea, inayojulikana katika masomo kama 'Q' (inayotokana na neno la Kijerumani "Quelle" linalomaanisha "chanzo"), ambayo inaonekana kuwepo kwa msingi wa hadithi zinazoshirikiwa kati ya Injili za Luka na Mathayo ambazo hazijatoka katika Injili ya awali ya Marko, lakini inaonekana kuwa walitumia Marko kama chanzo muhimu pia.

Ehrman (2001) anasema, kwa uchunguzi makini wa vifaa vya awali na vya kipekee, tunaweza kuona kuwa Wakristo wa mapema walikuwa wakiamini na kurekodi imani na usemi wa Yesu kuhusu ujumbe wake wa apokalipsi. Allison (2009) anafikia hitimisho lilelile akitumia mbinu tofauti.

Mwanzo na maandiko ya awali kuhusu Yesu, barua za awali za Paulo, tunaona baadhi ya viashiria wazi. Paulo anaandika (~C. 49 BK):

"Kwa neno la Bwana, tunawaambia ninyi ambao bado mnaishi, ambao mmeachwa mpaka kuja kwa Bwana, kwamba hatutawapita wale waliolala usingizi. Kwa maana Bwana mwenyewe atashuka kutoka mbinguni, akipiga filimbi kubwa, na sauti ya malaika mkuu, na wafu walio katika Kristo watafufuka kwanza. Kisha sisi tuliobaki, ambao bado tutakuwa hai, tutanyakuliwa pamoja nao katika mawingu ili kumkuta Bwana angani. Na hivyo tutakuwa na Bwana milele." 1 Wathesalonike 4:15-17

Hii inaonyesha kuwa Paulo alijiona yeye na wenzake kuwa ni miongoni mwa wale watakaokuwa hai wakati wa kurudi kwa Kristo. Paulo anaendelea kusisitiza kuwa muda ni mfupi kwa kuwa dunia katika hali yake ya sasa inapita.

Mabadiliko ya Ujumbe kutoka kwa Yesu wa Qur'ani hadi kwa Yesu wa Kikristo

Pamoja na tamko moja kwa moja kutoka kwa Yesu, tunaona mafundisho mengine yanayotofautiana na Yesu wa Qur'ani. Kwa mfano, kama anavyosema Ehrman (2001), wafuasi wa Yesu wanapewa agizo la kutoa mali zao zote, jambo linalofaa tu katika mazingira ya apokalipsi ambapo hawakuwa na haja ya mali kwa maisha ya muda mrefu. Ikiwa Yesu alikuwa kama alivyosema Qur'ani, ni vigumu kuelewa kwa nini wafuasi wake wa mapema wangeamini mambo haya yanayopingana na Uislamu.

Kwa hiyo, Yesu anasisitiza kuwa watu wanapaswa kutoa kila walichonacho kwa ajili ya wengine. Katika akaunti zetu za awali, Yesu si tu anahimiza kutokuwa na hofu kuhusu mambo ya dunia (ambayo, kama inavyoonekana kutoka kwa mtazamo wa apokalipsi, si mazuri kwa kuwa yatapita katika Ufalme utakaokuja), bali anawaambia wafuasi wake kujitenga nayo. Hivyo, mtu tajiri akija kwa Yesu kuuliza kuhusu urithi wa uzima wa milele, baada ya kugundua kuwa tayari ametii amri za Mungu kama vile kutokuwa muuaji, mwasherati, mwizi, au mshahidi wa uongo, Yesu anasema: "Bado unakosa jambo moja: nenda, uza vyote ulivyonavyo, uwape maskini, na utakuwa na hazina mbinguni." (Marko 10:17-21)

Mtazamo wa Kiupekee wa Kurani juu ya Yesu una Kinzani na Ushahidi wa Kihistoria

Katika kuendeleza mjadala, ni muhimu kukumbuka kwamba **Yesu wa kihistoria** — anayejadiliwa na wataalamu wa masuala ya Kibiblia katika mazingira ya kisayansi na kiakiolojia — anawasilishwa katika **Agano Jipya** kama mhubiri aliyetamka ujio wa ufalme wa Mungu katika kipindi cha karne ya 1 BK, akiamini kwamba ufalme huo (na hukumu ya mwisho) ungekuja wakati wa uhai wake. Hata hivyo, **Kurani** inampa Yesu nafasi tofauti kabisa: anaitwa nabii wa Mungu (Allah) anayetabiriwa kama Masihi, lakini hafundishi imani ya apokalipsi inayokaribia wala kufundisha wokovu kwa njia ya kufa na kufufuka, badala yake anatoa mafundisho ya Kiislamu ambayo — kwa mujibu wa Kurani — yamepotoshwa katika Maandiko ya Kikristo.

1. Mapungufu ya Ushahidi wa Qurani Kuhusu Ujumbe Wa Yesu

- Katika Kurani, hakuna kina kikubwa cha mafundisho au matukio ya kiuhalisia kama ambavyo yanapatikana katika Injili (Mathayo, Marko, Luka, Yohana).
- Mafundisho kamili ya Yesu kama yanavyojulikana katika Ukristo (hasa kuhusu kifo, ufufuo, na wokovu) hayapo katika Kurani; badala yake, Kurani inasisitiza Yesu hakuwa Mungu, wala hakuwa amesulubiwa.
- Hata ufafanuzi wa "Injili" ndani ya Kurani haujawekewa bayana: inatajwa tu "Injili" (Injeel), bila kutilia mkazo sura, maandiko, au mafundisho mahsusi kama yalivyo katika Injili nne za Agano Jipya.

2. Yesu wa Kihistoria vs. Yesu wa Qurani

- **Yesu wa kihistoria**, kulingana na utafiti wa wasomi wa kisekula, alikuwa **mhubiri wa Kiyahudi** aliyetarajia kabisa Ufalme wa Mungu kuwa karibu (ujumbe wa apokalipsi).
- **Yesu wa Kurani** anatajwa zaidi kama nabii anayeendeleza mfululizo wa mitume wa Kiislamu, anayetangaza monotheism (kumwabudu Mungu mmoja) na kukataa kuabudiwa yeye mwenyewe.
- Katika maandiko ya Kikristo, **Yesu anaongelewa kama mkombozi**, akifundisha uwezekano wa mwisho wa nyakati, ingawa katika vitabu vya baadaye (kama Yohana na barua za baadaye) kunaanza kujitokeza tafsiri ya kiroho ya ufalme huo.
- **Kurani haisemi lolote kuhusu wafuasi wa Yesu waliokuwa wakitarajia mwisho wa dunia haraka**, wala haisemi chochote kuhusu mitazamo ya apokalipsi ya karne ya kwanza.

3. Changamoto za Kuunganisha Ushahidi

- Kwa mujibu wa **agano la wakosoaji** (critical scholarship) wa Biblia, dhana ya Yesu kuwa hakusulubiwa inapingana na rekodi nyingi za kihistoria na kiakiolojia (kama maandiko ya Waroma na Wakristo wa karne za kwanza).
- Kwa mujibu wa Kurani (Qurani 4:157), inaonekana kuna uwezekano kwamba mtu mwingine aliyefanana na Yesu ndiye aliyesulubiwa, au kwamba suala la kusulubiwa lilikuwa mfano, lakini ufafanuzi hauko bayana.
- Wakati huo huo, wasomi wa kihistoria (walio nje ya mazingira ya kidini) wanapata ushahidi ambao unaonyesha kuwa kusulubiwa kwa Yesu ni tukio lililotegemezwa na vyanzo vingi (Biblia, baadhi ya kumbukumbu za nje ya Biblia), jambo linalosababisha mgongano na mtazamo wa Kurani.

4. Kwa Nini Kurani na Agano Jipya Zinapingana?

- **Kurani** inadai kuwa maelezo ya Kikristo yamepotoka, hivyo inajaribu kurekebisha "makosa" ya Kikristo kuhusu Yesu.
- **Wakristo** wanaamini maandiko yao (Agano Jipya) kuwa ni ufunuo sahihi na wana ushahidi wa maandiko ya kale (nyaraka za karne ya 1 na ya 2 BK), zinazomweka Yesu kama Mwana wa Mungu aliyeandika mafundisho yake na kufa msalabani, kisha kufufuka.
- **Tafiti za kihistoria** zinazoegemea ushahidi wa maandishi ya karne ya 1 na ya 2 BK (mathalani waraka za Paulo na Injili ya Marko) zinamchora Yesu kama muhubiri wa apokalipsi, jambo ambalo halilingani na simulizi ya Kurani kwamba hakuwa na ujumbe huo.

5. Hitimisho

Hakuna ubishi kwamba **Yesu wa kihistoria** anayetafutwa na wasomi wa kisayansi hapatikani vilevile katika Kurani kama anavyopatikana katika vyanzo vya Kikristo. Badala yake, **Yesu wa Kurani** ameundwa zaidi katika mtazamo wa Kiislamu: hakuwa mwana wa Mungu, hakusulubiwa, alileta Injili ambayo imepotoshwa, na alitarajiwa kuthibitisha mafunzo ya Kiislamu.

Mgongano kuu ni kwamba **Yesu wa kihistoria** (kwa mujibu wa utafiti wa wasomi wa Biblia na ushahidi wa nje kama vile rekodi za Waroma) anajulikana sana kuwa alisulubiwa, alitabiri mwisho wa dunia katika muda mfupi, na wafuasi wake wa awali waliamini hivyo. **Kurani** inadumisha picha nyingine: Yesu (Isa) ni nabii pekee, si Mwana wa Mungu, wala hakufa msalabani, na hakufundisha apokalipsi yoyote iliyokaribia wakati wa uhai wake.

Kwa hiyo, linapokuja suala la kumtofautisha **Yesu wa kihistoria** na **Yesu wa Kurani**, ni wazi kuwa kuna pengo kubwa la kimaandiko na kihistoria, linalozua mjadala usioisha kati ya wanahistoria, wanatheolojia, na Waislamu vs. Wakristo.

Hitimisho

Katika kitabu hiki, ***Makosa ya Kihistoria katika Quran***, Dkt. Maxwell amejitahidi kuangazia hali mbalimbali zinazozua maswali kuhusu uhalisia wa masimulizi ya kihistoria ndani ya Quran. Akiwa amejikita katika uchambuzi wa kina, ameeleza mifano ya matukio inayotajwa kwenye Quran ambayo, ikikabiliwa na ushahidi wa kiakiolojia na kihistoria, huibua mkanganyiko au upotoshaji wa mlolongo halisi wa matukio.

1. Muhtasari wa Hoja Muhimu

- **Mifano ya Migongano ya Kihistoria**: Dkt. Maxwell amerejelea mifano kadhaa inayojitokeza katika Quran, kama vile kisa cha "Samiri" wakati wa Musa, kusulubiwa katika Misri ya kale, majina ya sanamu za Kiarabu zinazodaiwa kuwepo kabla ya Nuhu, na baadhi ya vipengele vya simulizi za Musa na Firauni. Hoja yake ni kwamba ushahidi wa kihistoria hauendani na maelezo ya Quran kuhusu matukio hayo.
- **Ukosefu wa Ushahidi wa Kiakiolojia**: Kwa mujibu wa kitabu, mengi ya masimulizi ya kihistoria ndani ya Quran hayana ushahidi wa kiakiolojia unaoendana na maeneo au tamaduni zinazotajwa. Badala yake, masimulizi haya yanaweza kuwa yamechangiwa na vyanzo vya mapokeo (riwaya za masimulizi ya mdomo) au vitabu

vingine vya kidini vilivyokuwa vikipatikana katika maeneo ya Uarabuni.

- **Mtazamo wa Kisomi**: Kitabu kinanukuu mitazamo ya wataalamu mbalimbali wa historia, akiwemo wanahistoria na wanajiolojia, ambao wamefanya ulinganisho wa tamaduni za kale, nyaraka za kihistoria, na maandiko ya kidini. Kwa maoni ya Dkt. Maxwell, wataalamu hawa wanaunga mkono wazo kwamba kuna dosari katika mlolongo na maelezo ya matukio kadhaa yaliyomo kwenye Quran.

2. Uchambuzi wa Hojaji

- **Uthabiti wa Maandiko**: Katika mjadala wa "kutokosea" kwa Quran, mwandishi anahoji kwamba baadhi ya maelezo ya kihistoria yanayopatikana ndani ya maandiko haya ni vigumu kuyalinganisha na vyanzo huru vya kihistoria.
- **Jinsi Ujumbe Ulivyopokelewa**: Dkt. Maxwell anapendekeza kuwa Muhammad, akiwa anatengeneza kanuni za dini mpya, huenda alipokea hadithi kutoka kwa Wayahudi, Wakristo, na makundi mengine, kisha kuzibadilisha kulingana na mazingira ya wakati huo—lakini akakosa ufaafu wa kihistoria katika baadhi ya masimulizi hayo.
- **Nafasi ya Mapokeo**: Kwa mujibu wa mwandishi, hadithi nyingi za kihistoria zinazoonekana katika Quran zinaweza kuwa zimeegemea mapokeo au simulizi za mdomo zilizoenea kati ya Waarabu wa karne ya 7 BK, jambo lililosababisha taswira inayokosa uthabiti na ulinganifu na historia ya kipindi husika.

3. Changamoto na Mapendekezo

- **Kuhimiza Uchunguzi na Mijadala**: Dkt. Maxwell anashauri wasomaji, wasomi, na wapenzi wa masuala ya kidini kutoogopa kuchunguza kwa makini masimulizi ya Quran juu ya historia. Anahimiza kuwepo mijadala huru inayozingatia vigezo vya kihistoria na ushahidi wa kiakiolojia.

- **Utafiti Mpana**: Anapendekeza kwamba kunapaswa kuwa na juhudi za kina za kutafuta mabaki ya kiakiolojia na nyaraka za kale zinazoweza kusaidia kuthibitisha au kukanusha masimulizi yaliyomo katika Quran, hususan kuhusu vipengele vya historia ya Mashariki ya Kati na maeneo mengine.
- **Kuzingatia Maudhui ya Theolojia**: Anabainisha kuwa ukweli wa kihistoria wa baadhi ya matukio hauondoi thamani ya kiroho au kiroho-kinabii, bali unapaswa kutumika kufafanua zaidi asili na uhalisi wa ujumbe unaodaiwa kuwa wa Kiungu.

4. Hitimisho la Mwandishi

- **Kuhusu Madai ya Kutokosea**: Kwa mujibu wa kitabu, inapokuja suala la historia, Quran haijathibitisha msimamo wake wa 'kutokosea'—ikiwa masimulizi yake yanakinzana na ushahidi wa kihistoria.
- **Nafasi ya Msomaji**: Dkt. Maxwell anawahimiza wasomaji kutengeneza msimamo wao wenyewe kwa kutumia hoja, ushahidi huru wa kihistoria, na uchambuzi wa kitaaluma.
- **Umuhimu wa Mijadala Inayoendelea**: Ameonyesha kwamba suala hili si tu la kimasomo, bali pia linagusa imani za watu na mielekeo yao ya kiroho. Hivyo anapendekeza busara, heshima, na uchanganuzi wa kina unapokuwa katika majadiliano haya.

Kwa ujumla, ***Makosa ya Kihistoria katika Quran*** ni jaribio la kuchokoza fikra za wasomaji na kuonyesha dosari anazoamini zipo kati ya masimulizi ya Quran na rekodi huru za kihistoria. Licha ya uchambuzi mkali uliomo ndani yake, kitabu hiki kinaweza kutumika kama msukumo wa mijadala mipana zaidi juu ya jinsi tunavyopokea na kuitafsiri historia katika maandiko matakatifu. Mwandishi, **Dkt. Maxwell**, anasisitiza umuhimu wa kusoma vyanzo mbalimbali, kujadiliana kwa heshima, na kutumia mbinu za kihistoria kwa lengo la kufikia uelewa wa kweli juu ya matukio yaliyodaiwa kuwepo katika Qurani. Hili, kwa mtazamo wake, ni hatua muhimu katika kutofautisha kati ya imani na ukweli wa kihistoria.

www.ingramcontent.com/pod-product-compliance
Lightning Source LLC
LaVergne TN
LVHW010921051026
849532LV00003B/787